இரண்டாம் முகம்

(சிறுகதைத் தொகுப்பு)

உதயா சக்கரவர்த்தி

aelay publish

இரண்டாம் முகம்
சிறுகதைத் தொகுப்பு
ஆசிரியர் : உதயா சக்கரவர்த்தி ©
முதல் பதிப்பு : நவம்பர் 2023
ஏலே பதிப்பகம்
5/175, பாத்திமா நகர், கூத்தென்குழி,
திருநெல்வேலி - 627104
தொடர்புக்கு : +91 9944992571

Irandam Mugam
By Udaya Chakkarvarthi ©
First Edition : Nov 2023

ISBN : 978-81-19332-46-5
Aelay Publish
Contact : +91 9944992571
Designed by : Dinesh Selvam

என்னுரை

வணக்கம் நண்பர்களே,

எப்போதும் போல் தொடக்க வார்த்தைக்காகத் தவித்துக் கொண்டிருந்தவேளையில், தவித்ததையே தொடக்கமாய்ச் சொல்லிவிடலாம் எனத் தொடங்கிவிட்டேன். இந்தப் புத்தகத்தில் நான் எழுதிய பதினைந்து சிறுகதைகளைத் தொகுத்துள்ளேன். இந்தக் கதைகளை நீங்கள் படித்து முடிக்கும்போது, அதில் வந்துபோகும் ஒரு கதை மாந்தரேனும் உங்கள் மனதோடு நெருங்கிவிட்டால் அதுவே எனக்குப் பெரும் நிறைவைத் தரும்.

புத்தகத்துக்கான முன்னுரையை நான் எழுதுவதைவிட, நிறைய வாசிப்பு அனுபவமும், எழுத்தாளுமையும் கொண்ட என் நண்பர்கள் சிலர் எழுதினால் சிறப்பாயிருக்கும் என்கிற எண்ணத்தில், அந்தப் பொறுப்பை அவர்களிடம் ஒப்படைத்துவிட்டேன். வினாத்தாள் வாங்கக் காத்திருக்கும் மாணவன்போல் அவர்கள் முன்னுரைக்காகக் காத்திருந்தேன். நல்லவேளையாக எந்த ஆசிரியரிடமும், திட்டுவாங்காமல் தப்பித்தது புத்தகத்தை அச்சிலேற்ற பெருநம்பிக்கை அளித்தது. இதை வித்தியாசமான முயற்சியென்றோ, என் எழுத்தை விளம்பரப்படுத்தவோ நினைத்துச் செய்யவில்லை. நான் பார்த்து வியந்த எழுத்தாளுமைகளின் எழுத்து, என் முதல் அச்சுப் புத்தகத்தில் இருந்திடவேண்டுமென்ற சின்ன ஆசையே அது. அதற்காக நேரம் கொடுத்து, கதைகள் படித்து முன்னுரை எழுதித்தந்த நண்பர்கள் வினோத், கவிதா, திலீப், ஜனா, மூங்கில், முடிவிலி, சேதுபாலா, மணிகண்டபிரபு, நிவந்திகா தேவி, மணிசங்கர் ஆகியோருக்கு என் நெஞ்சார்ந்த நன்றிகள்.

நான் எது செய்தாலும் தடை சொல்லாமல் என்னோடு தோள் கொடுத்து இன்றுவரை தாங்கிக்கொண்டிருக்கும் அப்பா, அம்மாவுக்கும், தன் சிறகை எனக்கு அணிவித்து என்னை வானிலேற்றி நான் சிறகடிப்பதைக் கண்டு மகிழ்ந்து வாழும், என் தேவதை மல்லிகாவிற்கும், தன் கடுமையான நேர நெருக்கடியிலும், என்மேல் கொண்ட அன்பிற்காய்த் திருத்தமும், வடிவமைப்பும் செய்து கொடுத்துப் புத்தகப் பதிப்பில் முழு மூச்சாய் உதவிய தம்பி தினேசுக்கும், என் அத்தனையிலும் உடனிருக்கும், இருக்கப்போகும் நண்பர்களுக்கும், மேலும் என்மேல் பேரன்பு கொண்ட அனைவருக்கும், நன்றி சொன்னால் கோபித்துக்கொள்வார்கள்.

அவர்களுக்கு என் பேரன்பைப் பரிபூரணமாய் வழங்குவதே நன்றியாயிருக்கும்.

மில்லேனியம் ஆண்டில் கல்கியில் என் மாமா பிரபு எழுதிய ஒரு கவிதை பிரசுரமாகியிருந்ததை அப்போது எங்கள் வீடு கொண்டாடியது. இப்போது யோசித்தால் அந்தக் கொண்டாட்டமே என் ஆழ்மனதில் விழுந்து இந்தப் புத்தகம்வரை வந்திருக்கக் காரணமென்று எண்ணுகிறேன். ஒருவேளை பிரபு மாமா உயிரோடு இருந்திருந்தால் அவரிடம் இந்தப் புத்தகத்தைக் கொடுத்து மகிழ்ந்திருப்பேன். இப்போதுகூட ஒன்றும் ஆகிவிடவில்லை, என்னைப் பொறுத்தவரை இந்தப் புத்தகமே அவருடையதுதான். விதைக்கும், கனிக்குமான உறவு எப்படியோ அத்தகையது அந்தக் கவிதைக்கும், இந்தப் புத்தகத்துக்குமானது. என் எழுத்தில் என்றும் வாழும் பிரபு மாமாவிற்கு இந்தப் புத்தகத்தைச் சமர்பிக்கிறேன்.

கதை படிக்க வந்த உங்களை, என் கதை சொல்லி நேர விரயம் செய்ததற்கு மன்னிக்கவும். முதல்முறை என்பதால் கொஞ்சம் பதட்டம் இருந்திடவே செய்கிறது. அத்தகைய பதட்டம் போக்கி என் போன்ற ஆரம்ப எழுத்தாளர்களை ஊக்குவிக்கும் ஏலே பதிப்பகத்தாருக்கு நன்றி.

இலக்கணப் பிழைகளை முடிந்தளவு சரிசெய்து விட்டேன். இலக்கியப் பிழை இருக்கிறதா என்பதையறியேன். நான் எழுதுவதே கூட இலக்கியத்திற்குப் பிழையாயிருக்கலாம். எதுவாயிருந்தாலும் பிழைபொறுத்து நான் செய்யவேண்டியதை எனக்கு எடுத்துரைத்து, தொடர்ந்து என்னை எழுத வைப்பீர்கள் என நம்புகிறேன்.

பேரன்புடன்
உதயா சக்கரவர்த்தி

முன்னுரைகள்

இந்தத் தொகுப்பு, மாமனிதர்கள் என நாம் வரையறுத்து வைதுள்ளவர்களை பற்றியோ, சாதனைகள் என நாம் கருதிகொண்டிருக்கும் செயல்களைப் பற்றியோ பேசுபவை அல்ல. மாபெரும் உலக தத்துவங்களையோ, வாழ்வியல் விழுமியங்கள் என்ற பெயரில் சராசரி மனிதர்கள் மனதில் ஒட்ட முடியாத கருத்துகளையோ இந்தத் தொகுப்பு பேசவில்லை. மாறாக, நம்மையும்பற்றியும், நம்மைச் சுற்றியுள்ள எண்ணற்ற எளிய மனிதர்களைப் பற்றியுமான கதைகள்தான் இந்தத் தொகுப்பு. அவ்வகையான மனிதர்களின் வாழ்வைப் பல பரிமாணங்களில் காட்டுகின்றன இந்தக் கதைகள். அதன் மூலம், ஒவ்வொரு கதையும் வேறு வேறான உணர்வுகளையும், சிந்தனைகளையும் நம் மனதில் உண்டாக்கிவிடுகின்றன.

ஜானகிராமன், லாரா, கதிர், காவியா, கோவில் தாத்தா, மைக்கேல், பார்த்தியெனத் தினந்தோறும் நாம் உரையாடும் மனிதர்களிடம் நாம் உரையாடாத சிறுச்சிறு கதைகளையும், கனவுகளையும், ஏக்கங்களையும், புலம்பல்களையும் அவர்களின் நடுவில் ஒருவராக இருந்து நம்மைக் கேட்க வைக்கின்றார் ஆசிரியர். அந்த உரையாடல்கள் ஒருதலைபட்சமான உரையாடல்களாக இல்லை. மாறாக, நம் மனதின் குரல் அவர்களிடம் உரையாடும் ஒரு அற்புத அனுபவத்தைக் கொடுக்கும் வகையில் புனையப்பட்டிருக்கின்றன.

"போர் இல்லை. ஓர் ஆதிக்கக் கையின் குரல்வளை நசுக்கல். எதிர்ப்பே இல்லாத அழிவு" என ஆசிரியர் குறிப்பிடும் இடத்தில், மக்கள் சமூகங்களின் மீது காலம் காலமாக அடக்குமுறையை ஏவிவிடும் மேலாதிக்க அரசியலின் வரையையை எளிதாக உணர வைத்துவிடுகிறார்.

இவ்வாறு பல சிறப்புகள் இந்தத் தொகுப்பில் உண்டு. சிறப்பு மட்டும் தானா? குறை இல்லையா என்றால் நிச்சயம் உண்டு. ஒரு வாசகனாகக் கதை தொகுப்பு முழுவதும் ஒரு பெரும் குறை என்னைத் தொற்றிக்கொள்வதைத் தவிர்க்க முடியவில்லை. அறுசுவை உணவில், ஒவ்வொரு சுவை உணவிலும் ஒரு சிட்டிகை மட்டும் கொடுத்ததை போல, அனைத்து ஆழமான கதைகளும் சிறு கதைகளாக முடிவதே அந்தக் குறைக்கான காரணம். இந்த ஒவ்வொரு கதையையும் சிட்டிகை அளவிலிருந்து விடுவித்து, தன் இலக்கிய வித்தையால் பெருங்கதைகளாக நெய்து பதினைந்து நாவல்களாக வாசகர்களுக்கு அளிப்பதே, வாசகர்களின் இந்தக் குறையைப் போக்க இந்நூலின் ஆசிரியர் செய்யும் தலையாய பணியாக இருக்க முடியும்.

மணி சங்கர்

உதயா சக்கரவர்த்தி என்ற பெயரில் பிரதிலிபி தளத்தில் நிறைய சிறுகதைகளை எழுதிவரும் நண்பர் உதயா எந்தத் தைரியத்தில் அவர் எழுதிய சிறுகதைத் தொகுப்புக்கு முன்னுரை எழுதித் தர வேண்டுமென்று என்னைக் கேட்டார் என்ற ஆச்சரியம் விலகாமலே அவரின் பதினைந்து சிறுகதைகளையும் ஒரே மூச்சில் படித்து முடித்தபோது என்னுடைய ஆச்சரியம் இன்னும் அதிகமாயிருந்தது. காரணத்தைப் பிறகு சொல்கிறேன்.

எழுதுவதிலேயே சவால் நிறைந்தது சிறுகதைதான் என்று சுஜாதா நிறைய இடங்களில் சொல்லியிருக்கிறார். நாவலோ தொடரோ என்றால் நீளமாக இழுத்துக் கொண்டு போய், நமக்கு வசதியான இடத்தில், இல்லை வாசகர்களுக்கு போரடிக்கும் இடத்தில் நிறுத்தி விடலாம். சிறுகதையில் அப்படியெல்லாம் தில்லாலங்கடி வேலை செய்ய முடியாது. என்ன சொல்ல வருகிறோம் என்பதை அழுத்தம் திருத்தமாக ஐந்தாறு பக்கங்களுக்குள் சொல்லி விட வேண்டும். இல்லாவிட்டால் போய்யா என்று வாசகர்கள் அடுத்த வசீகரத்துக்குத் தாவி விடுவார்கள். ஆனால் அப்படித் தாவ விடாமல் உதயா தனது கதைகளை மிக எளிமையாகவும் சுவராஸ்யம் குறையாமலும் கட்டமைத்துக் கொண்டிருக்கிறார்.

தொகுப்பில் உள்ள எல்லாச் சிறுகதைகளுமே மிக எளிமையான மனிதர்களின் இயல்பான குணங்களைப் பற்றி எளிய மொழியில் பேசுகின்றன. எல்லா கதாபாத்திரங்களும் நம் வீட்டுக்கு அருகில் வசிப்பவர்களாகவோ இல்லை பேருந்து அல்லது ரயில் பயணத்தில் நம் அருகில் உட்கார்ந்து இருப்பவர்களாகவோதான் தெரிகிறார்கள். அவர்கள் பேசிக் கொள்வதும் தினந்தினம் நாம் கேட்கும் அலங்காரமற்ற வார்த்தைகளைத்தான் பயன்படுத்துகிறார்கள். அதனாலேயே ஒரே நேரத்தில் எல்லாக் கதைகளையும் படிக்கும் போதும், எந்தக் கதையுமே நமக்கு அந்நியமாகத் தெரியவில்லை. அதுவே உதயாவின் எழுத்துக்குக் கிடைத்த வெற்றி. அவர் படிப்பவரைக் கவர பாசாங்கான வார்த்தைகளையோ, இயல்பை மீறிய கதை நடையையோ பயன்படுத்தவில்லை.

ஆனால் எல்லாக் கதைகளிலும் நாம் ‘அட’ என்று சொல்வதற்கென்று சில விஷயங்களை வைத்திருக்கிறார். சிலை படித்துக் கொண்டிருக்கும் போதே சில பத்திகளிலேயே புன்னகைக்க வைத்து விடுகிறது. இரண்டாம் முகம் கதை படிக்கும்போது நம் வீட்டிலேயோ இல்லை வேலை பார்க்கும் இடத்திலேயோ அவர்களை அடையாளம் கண்டுபிடித்துவிட முடிகிறது. “சினிமா” படித்து முடிக்கும்போது, நமது அன்றாடத்தின் செயல்பாடுகளைச் சுயபரிசோதனை செய்து கொள்ள வைக்கிறது.

உதயா மெனெக்கெட்டு கதைக்கான கருக்களை யோசிக்கவில்லை. சிறுகதைக்கான உத்தியோ அல்லது இலக்கணமோ என்று எதுவும் இருந்தால் அதை அவர் சுதந்திரமாக மீறியிருக்கிறார் என்பதும் அது வாசிப்பவருக்கு ஒரு வித்தியாசமான அனுபவத்தைக்

கொடுக்கும் என்பதில் மாற்றுக் கருத்தே இல்லை. இந்தத் தொகுப்பில் இரண்டு சயின்ஸ் பிக்சன் கதைகளும் இருக்கின்றன. ஆனால் அவைகளும் கூட விஞ்ஞானத்தின் பிரம்மாண்டத்தைப் பேசாமல் மனிதரின் மெல்லிய உணர்வுகளையே பேசுகின்றன. மனம் சிறுகதையின் கடைசி வரி படிக்கும்போது சுஜாதாவின் ஒரு பழைய சிறுகதையும் 'மனிதன் ஒரு மகத்தான சல்லிப்பயல்' என்கிற ஜி.நாகராஜனின் பிரபலமான வரியும் இயல்பாக மனதில் வந்து போகிறது. அதேபோல பிழை என்கிற சிறுகதையும் முடிவில் ஒரு ஆச்சரியத்தை வைத்திருக்கிறது. அது ஒரு ஆறுதலான ஆச்சரியத்தையும் சேர்த்தே தருகிறது.

சிறுகதை என்ற பெயரில் தன் மேதாவித்தனத்தை வாக்கிய அமைப்பிலும், கதைத் தேர்விலும் காட்ட முயற்சிக்காமல், நமக்கு முன்னால் ஒரு பிரம்மாண்டமான கண்ணாடியை நிறுத்தி வைத்திருக்கிறார். அதில் வெவ்வேறு ஒப்பனைகளில் நம்மைத் வேறு யார் தெரியப் போகிறார்கள்? வாழ்த்துக்கள் உதயா சக்கரவர்த்திக்கு.

நிவந்திகா தேவி

'**ஏ**தோ ஒரு கணம் தான் தீர்மானிக்கிறது எல்லாவற்றையும்' என்பார் வே.பாபு. சிறுகதைக்கும் இது பொருந்தும். நம் பார்வையில் நித்தமும் தோன்றும் காட்சிகள் தான் ஒரு சிறுகதையின்மூலம் யதார்த்தமான மாய உலகத்தை நமக்குக் கற்றுக் கொடுக்கிறது. இந்த உணர்வினை கதையாகப் பரிணமிக்க வைக்கும்போது எழுத்தாளன் வெற்றியடைகிறான். அந்த வகையில் நண்பர் உதய் சக்கரவர்த்தியின் இந்தச் சிறுகதை தொகுப்பும் வாசிப்பில் மனதுக்கு நெருக்கமாக உணர முடிந்தது. கதையில் வரும் எளிமையான வரிகள் மீண்டும் ஒருமுறை படிக்கத் தூண்டின.

"மொய்த்த ஈக்கள் கலைந்து சேர்வதைப் போல, மீண்டும் படபடப்பாய் பேருந்தினுள் ஏறினார்கள்" "பொசசிவ்னெஸ் என்பது சாயம்பூசப்பட்ட சந்தேகம் மாதிரி" "பொம்பலைங்க எந்தப் பிரச்ச்சனையை சொன்னாலும் இதெல்லாம் ஒரு பிரச்சனையானுதான் கேட்பாங்க"

Life is like a snooker game. You hit one ball. It hits another. That hits another and that hits another. Ultimately some other ball gets into pocket. ஒரு சிறுகதையின் இலக்கணமும் இதுதான். ஒவ்வொரு கதாபாத்திரமாய்த் தள்ளிக் கொண்டு சென்று இறுதியில் சிறிய திருப்பத்துடனோ, நல்லதொரு கருத்துடனோ, கதாபாத்திரத்தின் சிந்திக்கும் திறனுடன் ஒன்றிப் போய்விடுவது போல் அமையும்போது அக்கதை நல்ல வாசிப்பு அனுபவமாகிறது. எழுத்தாளர் உதய் ட்விட்டரில் இருப்பதாலோ என்னவோ வார்த்தை சிக்கனத்துடன், லாவகமான வார்த்தை முத்துக்களுடன் அழகான மாலையைத் தொடுத்திருக்கிறார். இன்னும்பல கதைகளை அவர் எழுத வேண்டுமென வாழ்த்துகிறேன்.

மணிகண்டபிரபு

சிலை என்ற தலைப்புக் கொண்ட சிறுகதையில் தன் கற்பனையின்மூலம் படிப்போரை ஈர்க்கும் ஆசிரியர் அங்கிருந்தே ஒவ்வொருவரின் இரண்டாம் முகத்தைக் காட்டத் தொடங்குகிறார். இத்தொகுப்பின் பல கதைகளின் கதை மாந்தரிடத்தில் இரண்டாம் முகத்தைக் காணமுடிகிறது. *Alien* வரை எட்டும் இவரின் கற்பனையும் ஆங்காங்கே வெளிப்படும் நகைச்சுவையும் அவ்வவ்விடத்தில் ஒரு நொடி நின்று நயக்க வைக்கின்றன. அவை இன்னும் பன்மடங்கு செறிவும் வளமும் பெற வாழ்த்துக்கள்.

இடக்கர்ச் சொற்களின்றிச் சிறுகதை எழுதுவது ஏன் பல வேளையில் இயலாத ஒன்றாகவே இருக்கிறது என்று சிந்தித்தால் இயல்பு வாழ்க்கையில் இடக்கர்ச் சொல்லைத் தவிர்த்துப் பேசுவோரின் எண்ணிக்கையும் சிறுகதையில் அத்தகு மாந்தரின் எண்ணிக்கையும் சமமோ என்ற வினாவே இறுதியில் மிஞ்சுகின்றது. ஆனால் இவ்வாசிரியரின் உத்தி என்னவெனில் எந்த இடக்கர்ச் சொல்லைப் பயன்படுத்துகிறாரோ அதன் முதல் ஒரு சில எழுத்துக்களை எழுதாமல் மறைவாக வைக்கிறார். இது ஒரு நல்ல உத்தி. இவ்வாறாகக் கொஞ்சங்கொஞ்சமாக முழு இடக்கர்ச்சொற்களும் நம் வாழ்வையும் அதை வைத்து எழுதப்படும் சிறுகதைகளையும் விட்டு மறைக.

சமூக ஏற்றத்தாழ்வு எந்த அளவிற்குக் கொடூரமாக மனத்தை மாற்றுகிறது, அதை மறைக்கத் தன்னை எந்த அளவிற்கு நல்லவனாகவும், அளியனாக - அதாவது இரங்கத்தக்கவனாகவும் - காட்டிக்கொள்ளச் செய்கிறது என்று பல நிகழ்வுகளில் கண்டாலும் சமூகம் மாறவில்லையாதலால் இத்தொகுப்பிலும் அத்தகு கதையொன்று எழுதப்பட்டுள்ளது. நுணுக்கமான பெண்ணடிமைத் தனத்தை வெளிப்படுத்தும் சில வரிகள் கவனிக்கத் தகுந்த வகையில் எழுதப்பட்டுள்ளமை தொடர்க. "கோர வாழ்க்கையின் கூரிய நகம்" போன்ற மோனையும் எதுகையும் மொழிவளமும் "மொய்த்த ஈக்கள் கலைந்து சேர்வது" போன்ற உவமையும், எல்லோர்க்கும் ஒன்றுக்கு மேற்பட்ட (உள்)முகம் இருக்குமென்பதை இந்நூல் வாயிலாக ஏற்கவைப்பது போன்ற உளவியல் சார் ஆளுமைத்திறனும் மேலும்பெருகி ஆசிரியர் இன்னும் பன்னூல் படைக்க வாழ்த்துக்கள்.

சேதுபாலா

இயல்பான மனிதர்களின் அன்றாட நிகழ்வுகளைச் சிறுகதையாக மாற்றுவதில் உள்ள சிக்கல்களை வெகு எளிதாகக் கடந்து வெற்றி பெறும் வித்தையைக் கற்றவராக இருக்கிறார் நண்பர் உதயா சக்கரவர்த்தி. கதையோடு உள்ளோடும் நகைச்சுவை மற்றும் எள்ளல் சுவையோடு அன்றாட நடைமுறை சமூகச் சிக்கல்களையும் கோடிட்டுக் காட்டு விட்டுச் செல்கிறது அவரின் எழுத்து. தங்குதடையின்றி வழிந்து ஓடும் நீரோடை போன்ற உதயாவின் மொழிநடை படிக்கும் நம் மனதை இதமாக வருடிச் செல்கிறது. ட்விட்டர் மற்றும் பிரதிலிபி ஆகிய தளங்களைத் தொடர்ந்து, புத்தக

வடிவில் உதயாவின் முதல் படியான இதைப் போன்று இன்னும் பல மைல்கல்களை அவர் தொட மனதோடு மகிழ்வோடு வாழ்த்துகிறேன்.

முடிவிலி

எழுத்தாளர் உதயா என் வாழ்விலும் தவிர்க்க இயலா நலம்விரும்பி. என் கதை அச்சுநூலாகப் பெரும் உந்துதலாக இருந்தவர். இன்று அவருடைய புத்தகத்திற்கு மதிப்புரை எழுதுகிறேன் என்பதே மகிழ்ச்சியாக உள்ளது. இத்தொகுப்பில் உள்ள கதைகள் அத்தனையையும் அவை நிறைவான நாளிலேயே வாசித்தவன் நான். இந்த மதிப்புரைக்காக அவற்றை மீள்வாசிப்பு செய்யும்பொழுது நான் சிலவற்றை உணர்கிறேன்.

கொலை, காலப்பயணம், வேற்றுலாகவாசிகள், மாயக் கைபேசி, பேசும் சிலைகள் போன்ற அசாதாரண நிகழ்வுகளை இவற்றில் சில கதைகள் கொண்டிருந்தாலும், மற்றவை அனைத்தும் இயல்புவாதக் கதைகளே. நம்மோடு அருகில் அமர்ந்து உரையாடிக் கொள்வது போன்ற, 'எப்படிங்க, நான் சொல்லுறது சரிதானே!' என்று சிரிப்பது போன்ற நடையைக் கொண்டவை. அதனாலேயே அவை மிகவும் அணுக்கமானவை. என்னளவில் ஆழமானவையும் கூட.

நல்ல படைப்பு என்பது நம்மோடு சேர்ந்து வளரக்கூடியது. பத்தாண்டுகள் கழித்து மீள்வாசிப்பு செய்யும் பொழுதும் அத்தனை ஆண்டுகளில் நாம் கொண்ட அறிவை அவையும் கொண்டிருக்கும். நான் கூறினேனே இத்தொகுப்பில் உள்ள கதைகளை மீள்வாசிப்பு செய்தேன் என்று அவ்விடைவெளியில் ஈராண்டுகள் இருக்கக்கூடும். அவ்வாண்டுகளின் புரிதலை இக்கதைகளும் கொண்டிருக்கின்றன. அவற்றின் அடிப்படையில் இக்கதைகள் சீரியவையே. இந்தக் கதைகளின் வழியாக நீங்கள் எழுத்தாளர் உதயா சக்கரவர்த்தி அவர்களை அறிவதை எண்ணி நான் மகிழ்ச்சியடைகிறேன். நன்றி!

மூங்கில்

நாவல் என்பது ஒரு நதியினுடைய வேர் முதல் தொடங்கி அது சமுத்திரத்தை எட்டும்வரை நம்மை உடனழைத்துச் செல்வது. ஆனால் சிறுகதைகளோ நம்மை நதியின் ஒரு கரையிலிருந்து மறுகரைக்குக் கடத்திச் செல்வது. இத்தொகுப்பில் பல இடங்களில் அமைதியாக ஓடும் நதியில் ஒருகரையிலிருந்து மறுகரைக்கு நம்மை ஓடத்தில் அமர்த்தி, கிச்சுக்கிச்சு மூட்டிக்கொண்டே அழைத்துச் செல்கிறார் ஆசிரியர். ஆனால் சமயங்களில் மழைக்கால பிரவாகத்தின் குறுக்கே நம்மை நம்பிக்கையுடன் அழைத்துச்சென்று மாயமாக மறைந்தும்விடுகிறார். சில தருணங்களில் கழிமுகத்திலிருந்து நதிமூலம் அடையும் வழியைச் சொல்லி நம்பிக்கையுடன் வழியனுப்பி வைக்கிறார். அப்பயணத்தில் ஆங்காங்கே நம்மை முட்களாய்க் குத்தும் எண்ணங்களும் எழுந்து மறைகின்றன. இவ்வாராகக் கரையைக் கடந்தும், நீரோட்டத்தில் அடித்துச் செல்லப்பட்டும், நதிமூலம் அடைந்ததும் எனப் பலவாறான

அனுபவங்களை எனக்களித்த இத்தொகுப்பு உங்கள் மனங்களையும் அசைத்துப்பார்க்கட்டும். வாழ்த்துக்கள்!

ஜனா

ராஜுமுருகனின் வட்டியும் முதலும் அடிக்கடி எடுத்து வாசிக்கும் புத்தகம். எங்கெங்கோ இருக்கும் மனிதர்கள், அவர்களின் மன ஓட்டம், அவர்கள் பேசும் அந்த ஊருக்கான மொழி என அனைத்தையும் நம் அருகில் கொண்டுவந்து நிறுத்தி ‘ச்ச என்னயா நீ இப்டி மனுசங்கள படிச்சு வச்சு எங்க மனச கொல்ற’ என்று ராஜுமுருகனை ஒவ்வொரு முறையும் அன்பாக மனதுக்குள்ளேயே திட்டுவதுண்டு. அதிலும் 27வதாக ஒரு கதை வரும். கதையின் நாயகி அனைவருக்கும் கீர்த்தனா என்ற பெயரை வைத்திருப்பார். அதில் இறந்து தரையில் கிடத்தப்பட்டிருக்கும் கணவருக்காக மனைவி சொல்வதாக ‘இந்த டேப்ரிக்காடர அவர் தலைமாட்ல வைங்க அவருக்கு இளையராஜானா ரொம்ப பிடிக்கும்’ என்ற எழுதியிருப்பார். ச்ச என்னயா நீ இப்டி எங்க மனச கொல்ற அப்படி சொல்லப்பட்ட கீர்த்தனாக்களில் ஒரு கீர்த்தனாவாக உதயாவின் கதையில் வரும் காவ்யா எனக்கு நியாபகம் வந்தாள். கோவில் தாத்தாவில் வந்த தாத்தா, மனம் கதையில் வந்த அப்பா, சினிமா கதையில் வரும் ஜெபராஜ், மாலை பொழுதின் கதையில் வரும் ஆதி என ஒவ்வொருவரும் நமக்கு எதையோச் சொல்லிச் சென்ற உணர்வு. இதில் இருக்கும் குப்பை கதையில் ஒரு வசனம் வரும், ‘மனிதர்கள் மாறுகிறார்களே தவிர கதைகள் ஏறத்தாழ ஒன்னுதான்’ என்று. ஆச்சர்யம் என்னவென்றால் மனிதமனங்களில் இருக்கும் நிராசைகளை, சங்கடங்களைப் பேசும் கதைகளோடு சேர்த்து சிலை, காட்டுப்பன்னி என்ற நகைச்சுவையான கதைகளையும் எழுதுவிட்டாரே என்றுதான்.

தமிழில் பாக்கியம் ராமசாமி காலத்திற்குப் பிறகு ஒருவர் நகைச்சுவை கதைகள் எழுதியது போன்ற ஆசுவாச நிலை சில சிறுகதைகளைப் படிக்கும்போது. பின்னால் கதைகளில் வரும் மனிதர்கள் என்ன நினைக்கிறார்கள் என்றுமட்டுமல்ல புத்தர் முருகர் இயேசு எனக் கடவுள்களின் மனங்களையும் சொல்லுவேன் என்று விளையாடிருக்கிறார் எழுத்தாளர். லாரா கதையின் முடிவில் நமக்கு வரும் அழுத்தம், செய்யாத குற்றத்துக்கு ஒருவன் மனதுக்குள் வரும் குற்ற உணர்வு என அசைபோட்டு மீண்டு வரவே சில நேரம் எடுத்துக்கொண்டது. பிழையில் வரும் இரண்டு பெண்கள் வெளி உலகில் செய்யும் பாசாங்கும், இரண்டாம் முகத்தில் வரும் சிங்காரம் மற்றும் அம்மாவின் சூழ்நிலை முகங்கள், OTP கதையில் ஏற்படும் மனிதர்கள்மீதான நம்பிக்கை என்று ஒரு சுற்று சுற்றிவிட்டார் அண்ணன். ஒரு சிறுகதைத் தொகுப்பில் நகைச்சுவையில் தொடங்கி மெல்லமாக மனிதமனங்களை அறிமுகப்படுத்தி இறுதியில் ஒரு அறிவியல் உலகத்தில் உலவவிட்டு பிழையே இல்லாமல் பிழையில் முடித்திருக்கிறார். தம்பியாக வாழ்த்துக்கள் அண்ணா.

திலீப்

நவீன சிறுகதைகளின் கட்டமைப்பிலே 15 கதைகளும் 15 கண்ணிகள். அப்படியே விரிக்கலாம் தனித்தனியாக அல்லது கோர்க்கலாம் மொத்தமாக. மூக்குத்தி அம்மனே வந்தாலும் நமக்கு அது நயன்தாரா தான். அந்தப் படத்தில வராத அவங்க பிரண்டு ஜீசஸ் அவரோட பிரண்டுக ரெண்டு பேரோட கதை. 'சுட்ட' கதை.

வாழ்க்கைல வெற்றிய கிட்டத்தட்ட பாத்துட்டா கூட, கடந்து வந்த நபர்களைத் திரும்பப் பார்க்கறப்ப விட்ட இடத்தில இருந்து உரையாடலாம். ஆனா தோற்றவங்க? அவங்க எந்த முகத்தோட தன் கடந்தகால சகப் பயணிகளைப் பார்ப்பாங்க? நான் பார்க்க மாட்டேன்ப்பா. லாராவும் அப்படித்தான்.

நாம எல்லாருக்கும் உண்மையான முகம் எதுனு நமக்கே மறந்து போற அளவுக்குப் பல முகங்கள். நல்லவேளையா சமூக வலைதளங்கள் வந்துச்சோ பலரோட உண்மையான முகங்களைப் பார்க்க முடியுது (பல கொடூர வக்கிர முகங்களையும் சேர்த்தே). அப்பாக்களுக்குத் தெரியாத தாத்தாவின் முகங்கள் பேரப்பிள்ளைகளின் ரகசியம்.

'திரைத்துறையில் வேலைபார்க்கும்' - அம்மா இருந்திருந்தா எம்மகன் எம்மகன்னு ஊர் பூரா சொல்லிட்டு இருப்பாங்க. யார் கண்டது ஜெபராஜோட அப்பாவும் யாரடி நீ மோகினி படத்து ரகுவரனாட்டம் இருப்பாராக்கும்.

நட்பு காதலாகலாம். காதல் நட்பானா அதான் இந்த பாய் பெஸ்டீ. ஏதோ கொஞ்சம் நல்ல பாய் போல கிள்ளு எல்லாம் வாங்குறாப்டி. ஆனா தட் காதலனுக்குத்தான் எப்படா கட் செஞ்சி விடலாம்னு காத்துட்டு இருந்தாப்ல இருந்துச். அடேய் இனிமேலாவது கல்யாணம் செய்வ தான?

ஆகாத ஆள்னு தெரியாத வரை மனுசங்களுக்குள்ள பிரிவில்லை. தெரிஞ்சிடுமோன்ற பயம் வந்தா காணாமல் தான் போவாக. ஆமா அவரென்ன சாதி?

என்னத்த நாகரிகம் வளர்ந்து என்னத்த. கார்ப்பரேட் உலகில் வாழறதே சர்க்கஸ்ல வித்தை காட்டுறதுதா. இதுக்குத்தா முன்னோர் சொல்லி வச்சாக 'காக்காசுன்னாலும் கவர்மெண்டு உத்தியோகம்'னு. மாமியா தம்பி சாவுறதெல்லாம் கதைல தான் நடக்கும். ம்ஹூம்.

நாமளே கோவப்பட்டு நாமளே சமாதானப்படுத்துறத போறப் போக்குல சொருவிட்டு போறாங்க மஞ்சு செம. உண்மை விளம்பியா? வாய்ப்பில்லையேனு யோசிக்க இப்படியெல்லாம் கூறவேண்டுமென நினைத்தவனை எது தடுத்ததோனு டுவிஸ்ட்... வேற எது சம்பாதிக்கிற பொறுப்பான ஆண்ன்ற நினைப்புதான்.

போலீஸ் பொழப்பு - வெளியே கித்தாப்பும் உள்ள நாறப் பொழப்புமா இருக்கறது பத்தி அப்டியே பக்கத்தில இருந்து

பார்த்தாப்ல இதுவரை வந்த கதைகள் மிகச் சொற்பமே. சரி அந்தத் தெரு(சாதி)னு அவன் கொல செஞ்சான் புரியுது. தட் அப்பாவி 'பள்ளி' பாடம் படிச்சது எந்தக் கணக்கில சேருது? திருப்பங்கள் நிறைந்த கதைனு சப்டைட்டிலே கொடுக்கலாம்.

இனிமே யாராவது தெரிஞ்சவங்க குடுத்தாங்கனு வாட்ச்சோ எதுவோ வாங்குவீங்க? டவுட்டுதான். அப்படியே செல்பியும்... எடுத்தஅஅஅஅஅ... செத்தஅஅஅ. நல்லாருக்கு *Sci-Fi* கதை. ஆனா கூடவே இப்படி எல்லாம் நடந்துடக்கூடாதுன்ற லப்டப்பும்.

இந்த லப்டப்போட இருக்கறப்பவே எதிர்காலத்துக்குள்ள தூக்கிப் போட்டுட்டாரே. அழகான எளிய விவரிப்பு. ஆனா நினைவடுக்கில் நுழையும் அந்த இறுதித் தருணங்களில் தான் உயிர்ப்பே. நம்ம நினைவடுக்கிலும் இப்படி ஏதாவது இருக்கும் தானேனு யோசிக்க உட்கார்ந்துட்டேன்.

மொபைல் பேசுறதுக்குனு பயன்படுத்திட்டு இருந்தப்ப வராத பிரச்சனை அதோட சேரு இதோட சேருனு ஆன பின் அந்த நம்பர கைவிடாம உசிராட்டம் பிடிச்சி வச்சிக்கணும்னு ஆகிப்போச்சு. தேவையில்லாத ஆணிகளைப் பிடுங்க வைக்கிற சிஸ்டம் – செம பளார்

எனக்குப் பிரபஞ்சனைப் படிக்கறப்ப ஏனோ ஜெயஜெயஜெயஹே படத்து முற்போக்கு பேராசிரியர் கண்ணு முன்னாடி வந்தாரு. விமலும் அவரோட நீட்சியா தான். பெண்களே படிங்க. வேலைக்குப் போய்ச் சம்பாதிக்கிற அளவுக்குப் படிங்க.

எல்லார் வாழ்க்கையிலும் பரிதாபத்திற்குரிய பக்கங்கள் இருந்தே தான் தீரும். அதை எல்லார் கிட்டயும் 'பட்டேன் பட்டேன் துக்கப்பட்டேன் துயரப்பட்டேன்'னு சொல்வதை விட, பொய் நல்லது அடுத்தவங்கள சிராய்க்காம இருக்கற வரை. சொல்லுவோமே தப்பென்ன அதிலே!

இப்ப எழுத்தாளர் பத்தி. எதார்த்தம், எளிமை, அறிவியல், கட்டமைப்புகள், புனை, உணர்வுகள்னு அத்தனையும் ஒருத்தரால இப்படி எந்தவித பிசிறுமில்லாம *short and sweet*ஆ கொடுக்க முடியுமா? செமயா இருக்கு இவரோட எழுத்துகள். (இதுல இவர் எடுக்காத களம் வரலாற்றுக் கதைக்களம் தான்) சின்னச்சின்ன விவரங்கள். அதிலே அத்தனை சமூக நுணுக்கங்கள். செம. வாழ்த்துகள் எழுத்தாளரே.

கவிதா

கதாசிரியனின் சிந்தனையில் பிறந்து வாசகனின் சிந்தனையில் நிறைவு பெறுவதுதான் சிறுகதை என்கிறார் நா. பார்த்தசாரதி. அன்றாட வாழ்வினூடே நடக்கும் சின்னஞ்சிறு சுகங்கள், துக்கங்கள், மகிழ்ச்சிகள் பற்றிப் மையக்கருத்தாக வைத்து யதார்த்தமாகவும் நுணுக்கமாகவும் படிப்பவர்களின் சிந்தனை நிறைவுறச் செய்திருக்கிறார் இத்தொகுப்பின் ஆசிரியர். நிகழ்வுகளை ஓர்

ஒழுங்கில் அமைத்து, சொல்ல வந்த கதை வாசர்களுக்குச் சுவாரஸ்யமாகவும் மகிழ்வூட்டுவதாகவும் அறிவுறுத்துவதாகவும்படி எழுதியிருக்கிறார்.

வினோத்

சிறுகதை வாசித்தல் என்பது ஒரு இதயப்பூர்வமான அனுபவம் . ஒரு நாவலால் நிகழக்கூடிய அதிசயத்திற்கு பக்கத்தில் சிறுகதைகள் கூட்டிசென்று விடுகிறது. நண்பர் உதயா சக்கரவர்த்தியின் இரண்டாம் முகம் சிறுகதைத் தொகுப்பிலுள்ள சிறு கதைகள் அப்படித்தான். பல கதைகள் பல நினைவுகளை மனதுக்குள் படிமங்களாக்கிவிட்டு மறைந்துவிடுகின்றன. அது தான் சிறந்த சிறுகதையாகவும் இருக்கும். தொடர்ந்து இவர் பயணித்தார் எனில் நிச்சயம் பேசப்படக்கூடிய எதிர்கால எழுத்தாளர்களாக வருவார் என்று நம்புகிறேன், விரும்புகிறேன்.

கவிஞன் மொழி
ஏலே பதிப்பகம்

உள்ளடக்கம்

லாரா

"வீடு பாக்க வந்திருக்காங்க" என்று கவிதா சொன்னபோதுதான் லாராவை வரச்சொன்னது நினைவில் வந்தது. வேகமாக அறையைவிட்டு வெளியே வந்தேன். லாரா சோபாவில் சங்கடமாய் அமர்ந்திருந்தான்.

"சாரி ராஜா உன்ன வரச்சொன்னதையே மறந்துட்டேன்"

"பரவால்ல சுகுமார்" என்றான் லாரா. உறுத்தலாய் இருந்தது.

நான் எப்போதும் லாராவை அப்படியேதான் அழைப்பேன். அவன் என்னைப் பெயர் சொல்லி அழைத்ததுதான் உறுத்தலுக்குக் காரணம்.

முந்தாநாள் எங்கள் காலேஜ் கேன்டினில்தான் பல வருடங்களுக்குப் பிறகு ராஜாவைப் பார்த்தேன். வாரத்தில் இரண்டு நாட்களாவது கேண்டினில் சாப்பிட்டுவிடுவேன். ஸ்டாப் ரூமில் மிக நளினமாகச் சாப்பிட வேண்டியிருக்கும். நான் அந்தக் கல்லூரியில் வாத்தியாராகச் சேர்ந்து ஒரு மாதம்தான் ஆகியிருந்தது. பகிர்ந்து உண்ணுமளவிற்கு பழகவில்லை. உண்மையில் யாரும் பகிர்ந்து உண்ணவில்லை. சரியாக 12.50-க்கு பெல் அடித்தவுடன் அவரவர் டிபன் பேக்கை எடுத்து வைத்து, சாப்பிடத் தொடங்கிவிடுவார்கள். வாசத்தை வைத்து என்ன உணவென்று தெரிந்துகொள்ளலாம். ஆனால் அதை யார் கொண்டுவந்தார்கள் என்பது தெரியாது.

எங்கள் காலேஜ் கேண்டின் பெரியது. நான்கு பேர் அமரும் நீளப் பெஞ்சுகளை நீண்ட வரிசையாகப் போட்டிருப்பார்கள். ஐந்து பேர் ஆறு பேராக மாணவர்கள் அமர்ந்து சாப்பிடுவார்கள். சிலர் நின்றுகொண்டு சாப்பிடுவார்கள். மொத்தத்தில் கலகலவென்றிருக்கும்.

டோக்கன் வாங்கிக் கொண்டு தட்டு வைத்திருப்பவரிடம் கொடுத்துத் தட்டை வாங்கிக் கொண்டு வரிசையில் நிற்க வேண்டும்.

"இவனுங்கக்கிட்ட பீஸ் கட்டுனதுக்கு ஜெயில்ல திங்கிற மாதிரி சோறு திங்க வேண்டியிருக்கு" என்றான் முன்னாலிருந்தவன்.

"இங்கப் படிச்சா அங்கதான் போகனும் மச்சி, அதுக்குதான் இதெல்லாம்" என்று அவனுக்கு முன்னாலிருந்தவன் சொல்லிவிட்டு என்னைப் பார்த்து லேசாய் திடுக்கிட்டான். நான் கண்டுகொள்ளாததுபோலத் திரும்பிக்கொண்டேன்.

வரிசை நகர்ந்து வெஜிடபிள் பிரியாணி வாங்கிக் கொண்டேன், கொஞ்சம் தள்ளித் தயிர் வெங்காயம் வைத்துக்கொண்டிருந்தான் லாரா. லாராதானா எனக் குழப்பமாயிருந்தது. அவன் அருகில் சென்று "ராஜசேகரா?" என்றேன்.

"ஆமா சார், நீங்க சுகுமார்தானே!" என்றான் அடுத்தத் தட்டுக்கு வெங்காயம் வைத்துக்கொண்டே.

"ஏய் நீ எங்க லாரா இங்க?" என்றேன்.

"லஞ்ச் டைம் முடிச்சிட்டு பேசுவோம் சார்" என்றான்.

எனக்கு எதை நினைத்து அதிர்ச்சியடைவதென்று தெரியவில்லை.

பலநாள் கழித்து பள்ளி நண்பனைச் சந்தித்ததையா, வகுப்பில் முதல் மாணவனான ஒருவன் என் தட்டுக்குத் தயிர் வெங்காயம் வைத்ததையா, வார்த்தைக்கு வார்த்தை மாம்ஸ் என்பவன், என்னை 'சார்' என்று அழைத்ததையா, அனைத்தையும் நினைத்துக்கொண்டே சாப்பிட்டு முடித்தேன்.

சாப்பிட்டு முடித்துவிட்டு அவனுக்காகக் காத்திருந்தேன். லாரா வந்தான்.

"அப்புறம் எப்படி சார் இருக்கிங்க?"

"நல்லா இருக்கேன் சார்" என்றேன் வெறுப்பாக.

"நமக்குள்ள என்னங்க சார்லாம்" என்றான்.

"அப்புறம் நீ என்ன மசுத்த....." என்று வாயை மூடிக்கொண்டேன்.

"அதுக்கில்ல சுகுமார், ஸ்டூடன்ட்ஸ் முன்னாடி உன்ன அப்படி கூப்பிட சங்கடமா இருந்துச்சு"

நான் எதுவும் பேசவில்லை.

"அப்புறம் இங்கதான் வேல பாக்கறியா?" என்றான்.

"இல்ல பஸ் ஓட்டுறேன்" என்றேன் நக்கலாக, அவனை இயல்பாய்ப் பேசவைக்க முயன்றேன். அவன் சிரிக்கவில்லை. அப்போதுதான் நியாபகம் வந்தது. அவன் ட்ரைவராகத்தான் சேர்ந்திருக்க வேண்டும்.

"சாரி லாரா உன்ன நார்மலாக்கத்தான் சொன்னேன், சாரிடா"

"ச்ச இதுல என்னடா நான் எதும் தப்பா எடுத்துக்கல, ட்ரைவர் வேலதான் ஆனா சும்மா இருக்க டைம்ல அவங்க சொல்லுற எடுபிடி வேலையெல்லாம் செய்யனும்"

எடுபிடி வேலை என்றது குத்தியது. அவனைச் சமாதானப்படுத்த "எனக்கு மட்டும் என்ன, சொல்லிக் கொடுக்கறது மட்டுந்தான் வேலைனு நினைச்சியா, அட்மிசன் போடனும், கேன்வாஸ் பண்ணனும், வீடு வீடா அலையனும்"

லாரா சிரித்தான். இரண்டும் ஒன்றில்லை என்றது அந்தச் சிரிப்பு.

"ப்ளஸ்டூ முடிச்சு, நாமக்கல்ல இஞ்சினியரிங் சேந்ததானே?" என்றேன்.

"ஆமா, பர்ஸ்டு செமஸ்டர் லீவுல அப்பாவுக்கு ஹார்ட் அட்டாக், ஒரு வாரம் கோயம்புத்தூர்ல வச்சு பாத்தோம், என்னென்னவோ சொன்னானுக, கடைசி அப்பாவுக்கு லெப்டு கை, கால் வரல. அப்புறம் நான் எங்க படிக்கிறது?, மொத்தமா திருச்சில இருந்து திருப்பூருக்கு போயிட்டோம், அம்மாவும் நானும் பனியன் கம்பெனில சேர்ந்து பொழச்சிட்டிருந்தோம், அப்பா தவறிட்டாரு, அங்கயே ஒரு புள்ளைய பாத்து கல்யாணம் பண்ணிகிட்டேன், ரெண்டு வருசம் முன்ன கொரணால அம்மாவும் செத்துப்போச்சு, திருப்பூர்ல இருக்கப் பிடிக்கல, மறுபடி திருச்சிக்கே வந்துட்டேன், ஹெவி ட்ரைவிங் லைசென்ஸ் எடுத்தேன், போன மாசம் வரைக்கும் ஒரு ஸ்கூல்ல வேல பாத்தேன், செட்டாகல, நேத்துதான் இங்க சேர்ந்தேன்" என முடித்தான்.

நம் வாழ்க்கையில் பல நேரங்களில் பல மனிதர்கள் நமக்கு முக்கியமானவர்களாய் இருப்பார்கள், பிறகொரு நாளில் நாம் அவர்களை மறந்தும் விடுவோம். ஆனால் அவர்கள் எங்கேனும் நல்ல மகிழ்ச்சியான வாழ்க்கை வாழ்ந்துகொண்டிருப்பார்கள் என்றுதான் நம்

மனம் இயல்பாகவே நம்பிக் கொண்டிருக்கும். ஆனால் அது உண்மையில்லை என்பதை கோரமாகத்தான் வாழ்க்கை உணரவைக்கும். உணர்ந்தேன்.

என் வாழ்க்கைப் பற்றிச் சொல்லிவிட்டு "அடிக்கடி பாக்கலாம் லாரா" எனக் கிளம்பினேன். "சுகு எனக்கு ஒரு ஹெல்ப் அம்மா அப்பா வாழ்ந்த ஊருல இருக்கலாம்னுதான் இங்க வந்தேன், ஆனா அவளுக்கு வேலைக்குப் போகத் தூரமா இருக்கு, காட்டூர் டூ திருவெறும்பூர்ல தெரிஞ்சவங்க வீடு இருந்தா சொல்லு" என்றான். என் வீடு D நகரில்தான் இருந்தது. வரச்சொன்னேன். முதலில் மறுத்தான். இப்போது சோபாவில் அமர்ந்திருக்கிறான்.

"டீயா காப்பியா லாரா"

"இப்பதான் சுகுமார் குடிச்சேன்"

"கவி எதாச்சும் ஸ்நாக்ஸ் ரெடி பண்ணு, மேல வீட்டக் காட்டிட்டு வரேன்"

"இந்தா சுகுமார்" என ப்ளாஸ்டிக் கவரில் திண்பண்டங்களை நீட்டினான்.

"வாங்கிக்க கவி" என்றேன்.

"பையன் இல்லையா" என்றான்.

"அவரு கிரிக்கெட் விளையாடப் போயிருப்பாரு, சனி ஞாயிறு தலைவர கைல பிடிக்க முடியாது, உன் பசங்களும் வந்தா கலகலனு விளையாடிட்டு இருப்பாங்க" என்றேன், மனம் நெகிழ்ந்தது. ஆனால் லாரா சங்கடத்தோடே இருந்தான்.

மேலே வீட்டைக் காட்டினேன். வாடகை அவன் விருப்பம் என்றேன். கீழே வந்து பஜ்ஜி சாப்பிட்டுவிட்டுக் கிளம்பிவிட்டான்.

ஏனோ மனம் நிறைவாயிருந்தது. "அதென்னங்க லாரா" என்றாள் கவிதா.

"அவன் லால்குடில இருந்து வந்தான், அந்த டைம்ல லாரா 400 அடிச்சிருந்தான், அதையும் இதையும் கனெக்ட் பண்ணி லாரானு கூப்பிடுவோம், செம கேரக்டர், எம்மேல அவ்ளோ அபெக்சனா இருப்பான், ம்ம்" என்றேன்.

திங்கட்கிழமை காலையே லாராவைத் தேடினேன். காணவில்லை. மதியமும் பார்க்க முடியாததால் ட்ரான்ஸ்போர்ட்டில் விசாரித்தேன், "சொல்லாமல் லீவ் எடுத்துவிட்டான்" என்றார்கள். எனக்குப் புரிந்தது. நான் அவனைப் பார்க்காமல் இருந்திருந்தால், இங்காவது நிம்மதியாய் இருந்திருப்பானென நினைத்தபோது மனது லேசாய் பாரமானது.

காட்டுப்பன்னி

"அதெப்படி உம்மவனுக்கு நம்ம வீட்டுல வேலை நடக்கும்போது மட்டும் நைட் ஷிப்டு கிடைக்காம போகும்" என்று சண்முகம் பேசியது ஜானகிராமனின் காதில் விழுந்தது. விழவேண்டுமென்றுதான் சண்முகம் அப்படிப் பேசினாரென்பது அந்த வீட்டில் அனைவருக்கும் தெரியும். அம்மா ஜானகியின் அறைக்குள் எதையோ தேடுவதுபோல வந்து "இன்னாடா அப்பனுக்கும் மவனுக்கும் இதே ரோதனையா இருக்கு, ஒருநாதான் ஷிப்டு மாத்தேன்"

"யம்மோ காலைலயே வாயப்புடுங்காத, உங்களுக்கு நான் வேலை செஞ்ச ஆயிரம் நாளு கண்ணுக்குத் தெரியாது, செய்ய முடியாமப் போற ஒரு நாள தூக்கி வச்சுத்தான் மென்னுட்டு இருப்பிங்க" என்று சீப்பைக் கட்டில் மேல் எறிந்தான்.

"அய்யோ தொர அப்படியே அறுத்துத் தள்ளிட்டாரு, அத சொல்லிவேற காட்டிகிட்டு இருக்காரு, என்னத்தையாச்சும் பண்ணு. கொழம்புல அவிச்ச முட்டைய போட்டு வச்சிருக்கேன் பொலக்குனு ஊத்திடாத" என்றுவிட்டு வெளியே போனாள் அம்மா.

அப்பாமேல் காட்ட முடியாத கோபத்தை அவன்மேல் காட்டிவிட்ட நிம்மதி அவளுக்கு.

ஜானகி மூலையில் கிடந்த சாக்ஸை எடுத்தான். பார்வையில் அது துவைத்ததா என்று கண்டுபிடிக்க முடியவில்லை. முகரந்துவிட்டு "ச்சை" என அதே மூலையில் எறிந்தான். இப்போது சாக்ஸைப் பற்றிக் கேட்டால் அதையே சாக்காக வைத்து மொத்தக்குடும்பமும் தன்னை வேட்டையாடிவிடும் என்பதை அறிந்திருந்தான். பையில் டிபன் பாக்ஸை வைத்துவிட்டு ரூமுக்கு வெளியே வந்தான்.

சண்முகம் மொபைலில் யாரிடமோ "எவன் இருந்தா என்ன இல்லனா என்ன ரவி, இன்னிக்கு சாமான இறக்கி வேலிப் போடுறோம்" என்றார் சத்தமாக.

வேண்டுமென்றே சாவதானமாக வாசல் படியில் அமர்ந்து ஷூவை மாட்டத்தொடங்கினான் ஜானகி. சாக்ஸ் அணியாமல் ஷூ அணிவதை கண்ட சண்முகம் "இங்க பாரு ஷூ வு போடுறதுக்கு முன்ன

சாக்ஸு போடனும்னு தெரியாததெல்லாம் ஆட்டிகிட்டு கிளம்பிடுச்சு வேலைக்கு" என்றவாறே உள்ளே போனார்.

"அவன நெறிச்சு கொட்டாமதான் இருங்களே!" என உள்ளிருந்து வந்தது அம்மாவின் குரல். அவரை வெறுப்பேற்ற நினைத்துத் தான் வெறுப்பேறி வேகமாய் வண்டியில் ஏறி ஸ்டார்ட் செய்தான்.

வண்டி போர்டிகோவைவிட்டு கீழே இறங்கியதும் நின்றுவிட்டது. சண்முகம் வீட்டுக்குள்ளிருந்து ப்ளாஸ்டிக் சேரை எடுத்துக்கொண்டு வெளியே போட்டு அமர்ந்தார். "இன்னும் கிளம்பலயா இது?" என முனுமுனுத்தார்.

ஜானகிராமனுடைய வண்டியில் செல்ப் ஸ்டார்ட் மட்டும்தான், கிக்கர் கிடையாது. செல்ப் ஸ்டார்ட் பட்டனை அழுத்தி அழுத்திப் பார்த்தான். வண்டி ஸ்டார்ட் ஆகவில்லை.

"எதாச்சும் ஒன்னையாவது உருப்படியா செய்யுதா இது, அப்போவே சொன்னேன் கிக்கர் இல்லாத வண்டி வாங்காதனு, கடைக்காரன் "ஊட்டி க்ளைமேட்ல கூட ஸ்டார்ட் ஆகும்"னு சொன்னதும் இது பல்ல இளிச்சுட்டு வாங்கிடுச்சு" என்று கிரிக்கெட் பார்ப்பது போல ஜானகி வண்டியுடன் போராடுவதைப் பார்த்துக்கொண்டிருந்தார்.

மனைவி அன்றைய இரண்டாவது டீயை சண்முகத்திடம் தந்துகொண்டே, "கொஞ்சம் சும்மாதான் இருங்களேன், ஏன் நைனா வண்டி ரிப்பேரா?" என்றாள் ஜானகியிடம்.

"அம்மா வெறுப்பேத்தாம உள்ள ஓடிரு" என்று கத்தினான்.

"அடச்சீ! இன்னா ஹூடுடிம்மா இது, எப்படியோ ஒழிங்க" எனக் கோவமாய் உள்ளே போனாள் அம்மா.

ஜானகி வண்டியை ஸ்டார்ட் செய்யக் கொஞ்சதூரம் வண்டியைத் தள்ளிக்கொண்டு ஓடி க்ளச்சை விடுவித்துப் பார்த்தான். இப்படியாக இரண்டு முறை வீட்டுக்கு இந்தப் பக்கமும் அந்தப்பக்கமும் ஓட "இது வயசுல அதது புள்ளைய இழுத்துட்டு ஓடும், இது வண்டிய தள்ளிகிட்டு ஓடிட்டு இருக்கு, அடியே ராமசாமி மவளே உம்மவனுக்கு இந்தச் சென்மத்துல கல்யாணம் ஆகாதுடி" எனக் கத்திச் சிரித்தார்.

ஜானகி வண்டியை நிறுத்தி, ஓங்கி இரண்டு உதைவிட்டுவிட்டு மொபைலை எடுத்துப் பேசினான். பின்னர் ஷூவைக் கழற்றி எறிந்துவிட்டு தன் ரூமுக்குள் நுழைந்து கம்பெனி யூனிபார்மைக் களைந்து டீசர்ட் ஷார்ட்ஸ் அணிந்துகொண்டு படுத்தான். சில நிமிடங்கள் படுத்திருந்தான்.

ஒருவகையில் ஜானகிக்கு இது நிம்மதியாகத்தானிருந்தது. வீட்டில் வேலையை விட்டுவிட்டு கம்பெனிக்குச் சென்றிருந்தால் அதே நினைவாயிருந்திருக்கும்.

வெளியே வந்தான். சண்முகம் அதே இடத்தில்தான் அமர்ந்திருந்தார். படியில் அமர்ந்தான். சண்முகம் மலர்ச்சியாய் "என்ன நைனா லீவு போட்டியா?" என்றார்.

"இப்போ என்னா வேலையைக் கிழிக்கத் தாலியறுத்துட்டிருக்கப்பா நீ?" என்று எரிந்து விழுந்தான். மகனின் விடுமுறை தந்த மகிழ்ச்சி, வார்த்தைகளைப் பெரிதுபடுத்தவில்லை.

"அட நம்ம கழனில காட்டுப்பன்னி சுத்த ஆரம்பிச்சிடுச்சுடா, நீ என்னத்த பாக்குற" என்று சலித்துக் கொண்டார்.

"காட்டுப்பன்னியா! அதெல்லாம் நம்ம கழனிப் பக்கம் வாராதேப்பா" என்றான் ஜானகி.

"கண்ணால பாத்தேன் நைனா"

"எப்போ?"

"ரெண்டு நாள் முன்ன, நம்ம சிவா மாமா கழனிக்குப் போற பாதைக்கும் நம்ம கழனிக்கும் நடுவுல"

"அங்க எப்படிப்பா?"

"தெரியல நைனா, நீ கிளம்பு, கழனில தடம் இன்னும் அழியல, காட்டுறேன்"

இருவரும் கிளம்பி அவர்களது கழனிக்கு வந்தார்கள். அதற்கு முன்னரே அங்கே வந்திருந்த டாடா ஏசிலிருந்து வேலி போடுவதற்கான சாமான்களை இறக்கிக் கொண்டிருந்தார்கள்.

"டேய், ரவி ஒண்டியா இறக்குறான் பாரு ஓடு" என்றார் சண்முகம்.

ஓடினான்.

"என்னா நைனா நீ வேலைக்குப் போகலயா" என்றார் ரவி.

"இல்ல சித்தப்பா" என்றுவிட்டு சாமான்களை இறக்கினான். சாமான்களை இறக்கிவிட்டு வண்டி கிளம்பியது.

"அதான் ஜானகி இருக்கானே, அப்போ ரெண்டு ஆளு சொன்னா போதுமாண்ணே"

"போதும் ரவி"

"எப்படி சித்தப்பா காட்டுப்பன்னி வந்துச்சு?"

"தெரியலையே நைனா, உங்கப்பாதான் தடத்தப் பாத்தேன் பாத்தேன்னு சொல்லுறாரு"

"அட வாங்கய்யா காட்டுறேன்" எனச் சண்முகம் நடக்க. இருவரும் தொடர்ந்தார்கள்.

சண்முகம் இடத்தைக் காட்டினார். அந்த இடம் மட்டும் கொஞ்சம் பள்ளமாகத்தான் இருந்தது.

"இங்கபாரு காட்டுப்பன்னி குழி தோண்டியிருக்கு, ஆளு வரவும் ஓடிருச்சு"

"நீ பாத்தியாண்ணே"

"என்ன ரவி விவரமில்லாம சொல்லுற, நேர்லதான் பாக்கனுமா தடத்த பாத்தா தெரியலையா" என்று அனுபவசாலிபோலப் பேசினார். இவர்கள் பேசிய ஆர்வத்தில் ஜானகிராமனின் முகம் மாறியிருந்ததை இருவரும் கவனிக்கவில்லை. எப்படியோ அவர்களது கழனிக்கு வேலி போடும் வேலை முடிந்தது.

இரவு எட்டு மணி. ஜானகியும் அவனது நண்பனும் கையில் பீர் பாட்டிலுடன் ஆளில்லாத இடத்தில் நின்றுகொண்டிருந்தார்கள்.

"என்னா ஜானி வேலை நாள்ல நாங்களே கூப்டாலும் குடிக்க மாட்ட, இன்னிக்கு நீயே கூப்பிட்டிருக்க"

"பார்த்தி என்னப் பாத்தா எப்படி இருக்கு?"

"புரியல ஜானி?"

"போன வாரம் எங்க கழனில வெண்டக்கா புடுங்கிட்டு இருந்தோம், அப்போ திடீர்னு செம மழை புடிச்சிடுச்சு, ஒதுங்கலாம்னு ஓடும்போது சேறு வழுக்கி ஒரு இடத்துல வுழுந்துட்டேன்"

"இன்னா ஜானி படாத இடத்துல எதும் பட்ருச்சா?"

"யோவ் முழுசா கேளுய்யா, இன்னிக்கு எங்கப்பன் எங்க கழனில காட்டுப்பன்னி குழி பறிச்ச தடத்த காட்டுறேன்னு சொல்லிட்டு நான் விழுந்த தடத்தக் காட்டி, எட்டாயிரம் ரூவா செலவு பண்ணி வேலி வேற போட்டிருக்கான்யா, என்னையா பாத்தா காட்டுப்பன்னி மாதிரியா இருக்கு?" என அழுவது போலக் கேட்க. பார்த்தியால் சிரிப்பை அடக்க முடியவில்லை. உட்கார்ந்துகொண்டு சிரித்தான்.

அவனையே வேடிக்கை பார்த்துக் கொண்டிருந்த ஜானகியும் சில நொடிகளில் அவனோடு சேர்ந்து சிரிக்கத் தொடங்கினான்.

காவியா என்றொரு தோழி

ஒரு மிகச் சாதாரண நாளின் மதியமொன்றில் பாலா அந்தப் பேருந்தில் ஏறிக்கொண்டான். லேசாய் வந்திருந்த தொப்பையும், உற்றுப்பார்த்தால் தெரியும் நரைமுடிகளும் அவன் முப்பது வயதை கொஞ்சம் அதிகமாகவே காட்டியது. பேருந்தில் கூட்டமில்லை. அப்போதும்கூட கடைசி சீட்டில் நன்றாகக் கால்களை நீட்டி அமர்ந்து கொண்டான். ஜன்னல் வழியே வேடிக்கை பார்த்துக்கொண்டிருந்தான்.

சென்னையில் பொழுது வேறுபாடுகள் கிடையாது. அது எப்போதும் ஓய்வின்றி இயங்கிக்கொண்டுதான் இருக்கிறது. யாரேனும் எதற்காகவேனும் எங்காவது சென்றுகொண்டுதான் இருக்கிறார்கள். அப்படித்தான் பாலாவும் தன் PFல் இருந்த சந்தேகம் கேட்க அதன் ராயப்பேட்டை அலுவலகத்திற்குச் சென்றுகொண்டிருந்தான். கிண்டி பேருந்து நிறுத்தத்தில் பேருந்து நின்று, கிளம்பப்போகும்போது ஒரு பெண் பேருந்து நோக்கி ஓடிவர, போக்குவரத்து காரணமாகப் பேருந்து அவளை ஏற்றிக்கொள்ளாமலயே நகர்ந்தது. பேருந்தின் கதவுகள் அடைத்துக்கொண்டது. இல்லையெனில் அவளுக்காகப் பேருந்திலிருந்து கீழே இறங்கியிருப்பான் பாலா. பாலா திரும்பிப் பார்த்தான். அவள் நின்றுவிட்டிருந்தாள். அவன் மனம் படபடத்தது. அப்படியே நினைவுகளுக்குள் சென்றான்.

பாலா பனிரெண்டாவது படித்துக்கொண்டிருந்தான். அவன் வீட்டிலிருந்து நான்காவது வீடு காவியாவுடையது. காவியா. மாநிறம், பெரிய கண்கள், உயரமானவர்கள் அருகே சென்றல் குனிந்துதான் பார்க்க வேண்டும் அவளை. நீண்ட தலைமுடி. பாலா படித்தது ஆண்கள் பள்ளியில். எனவே பெண்களோடான நட்பென்பதே அவனுக்குக் கிடையாது. இருவரும் ஒரே தெருதான் என்றாலும் சந்திக்கவோ, பேசிக்கொள்ளவோ வாய்ப்புகள் கிடைத்ததில்லை. காவியாவின் அப்பா படம் வரைபவர், சிலைகளுக்கு வண்ணம் பூசுபவர். ஒருநாள் எதற்கோ பெயின்ட் வேண்டுமென்று பாலாவின் அப்பா காவியா வீட்டிற்குச் சென்று வாங்கி வரச்சொன்னார். பாலாவும் யதார்த்தமாய் அவர்கள் வீட்டு வாசலை அடைய, அங்கே காவியா வாசல் கூட்டிக்கொண்டிருந்தாள். அந்த நிலையில் அவளைக் கண்டதும் பாலாவின் மனது சஞ்சலப்பட்டது. நிழல் தெரிந்து சட்டென நிமிர்ந்தாள் காவியா, இருவர் கண்களும் பார்த்துக்கொள்ள, பாலா திணறிப்போனான்.

"என்ன?" என்றாள் சற்று கடினமான குரலில்.

பாலாவிற்குள் லேசானா நடுக்கம் "எங்கப்பா இருக்காரா?" என்று சட்டென்று கண்களை மூடி "ச்சீ உங்கப்பா இருக்காரா?" என்றான் பாலா.

காவியா "இல்லை, வெளிய போயிருக்காரு" என்றாள் சிரிப்பை அடக்கிக்கொண்டு.

அதற்குமேல் பேசாமல் நடக்கத் தொடங்கினான் பாலா. "ஏன்டா அவரு இல்லைனா பெயின்டு கேட்டு வாங்கிவரத் தெரியாதா?" என அப்பா கேட்டதை பொருட்படுத்தாமல் நடந்தான்.

பதின் பருவத்தில் ஒரு பெண்ணுடனான முதல் சந்திப்பு இப்படியானதில் பாலாவுக்கு மிகுந்த வருத்தம். அதன்பிறகு வீட்டை விட்டு வெளியே வரும்போதெல்லாம் காவியாவைப் பார்த்துவிடக் கூடாது என்று நினைத்துக்கொள்வான். சில நாட்களில் இந்நிகழ்வு மறந்து போயிருந்த ஒருநாளில் மீண்டும் காவியாவின் பெயர் வீட்டுக்குள் வந்தது அம்மாவின் வழியே.

"ஏன்டா அந்தக் காவியாவும் ப்ளஸ்டூதானே படிக்குது, காலைல நாலு மணிக்குப் பாத்தாலும் அவங்க வீட்டு லைட்டு எரியுது, நைட்டு பன்னெண்டு மணிக்குப் பாத்தாலும் லைட்டு எரியுது, நீ எப்பதான்டா படிப்ப?" என்றாள் அம்மா.

"சும்மா கம்பேர் பண்ணாதம்மா, எனக்கு என்ன வருமோ அதைதான் செய்ய முடியும்" என்றான் பாலா.

"நீயாச்சும் படிச்சு நல்ல மார்க்கு எடுத்துடுடா, நம்ம சொந்தக்காரனெல்லாம் மூக்குல கை வைக்கனும், இவங்க பையனானு, உனக்கு எப்படி புடிச்சதோ அப்படிப் படி" என நகர்ந்தாள் அம்மா.

ஏற்கனவே காவியா மேலிருந்த அர்த்தமற்ற கோபம், வெறுப்பாக மாறியது. அப்படியே பொதுத்தேர்வுகளும் முடிய பாலா 800 மதிப்பெண்கள் பெற்றிருந்தான். வீட்டில் கொண்டாடவும் இல்லை, திட்டவும் இல்லை. "நான் எவ்வளவோ சொன்னனே கண்ணு, சரி நமக்கு எதுவோ அதுதான்" என அம்மா நொந்துகொண்டாள்.

பாலாவுக்கு இதெல்லாம் கவலையில்லை, காவியா ஸ்கூல் பர்ஸ்ட் அல்லது டிஸ்ட்ரிக் பர்ஸ்ட் என்ற செய்தி வரும் என எதிர்பார்த்திருந்தான். கடைக்குச் செல்வதற்காக வெளியே வந்தபோது காவியா இவனைக் கடந்து சென்றாள். ஒரு நொடி அவள் முகத்தைப் பார்த்தான் கண்கள் கலங்கியிருந்தது, முகம் வீங்கியது போலிருந்தது.

அன்றிரவு அம்மா "என்னடா கொடும இது, அந்தக் காவியா புள்ள 760 மார்க்குதான்டா எடுத்திருக்கு, பாவம் அழுது அழுது மூஞ்சே வீங்கிப் போயிருக்கு" என்றாள். பாலாவுக்கும் அதிர்ச்சியாகத்தானிருந்தது. "ரீவேல்யூ போட்டுப் பாப்பாங்கம்மா" என்றான். "உனக்கும் போட்டுப் பாக்கலாமா?" என்றாள் அம்மா, அம்மாவைப் பார்த்துச் சிரித்தான், அவளும் சிரித்தாள்.

தடுக்கி விழுந்து இஞ்சினியரிங் கல்லூரியில் சேர்ந்துவிட்டான் பாலா. காவியா டீச்சர் ட்ரெயினிங் சேர்ந்திருந்தாள். தினமும் பேருந்து நிறுத்தத்தில் அவள் நிற்பாள். அவளைத் தூரத்தில் கண்டாலே முகத்தைத் திருப்பிக்கொண்டு அவளைக் பார்க்காதது போலக் கடந்து செல்வான். ப்ளஸ்டூ முடித்தால் மொபைல் வாங்கித்தருவதாக அப்பா சொல்லி இருந்தார், அதன்படி ஒரு 1100வை அவனுக்கு வாங்கித் தந்தார்.

ஒரு முறை நண்பனின் அண்ணன் திருமணத்திற்காக முசிறி அருகிலிருந்த கிராமத்துக்கு பஸ்ஸில் சென்றுகொண்டிருந்தான். அப்போது அவனுக்கு ஒரு குறுஞ்செய்தி வந்தது.

"Hi"

"Who are you?"

"I'm kaviya, your neighbor"

இதைப் படித்ததும் தன் உள்ளங்கைகளில் ரத்தம் பீய்ச்சிக்கொண்டு ஓடுவதைப் போல உணர்ந்தான். என்ன பதில் சொல்வதென்று தெரியவில்லை, நண்பர்கள் யாராவது கலாய்க்கிறார்களோ என நினைத்தான்.

"Nejamava?"

"Aama, venumna call pannu"

என ரிப்ளை வந்தது. யோசித்தான். கால் செய்து நண்பர்களாய் இருந்தால் இந்தத் திருமணம் முடியும் வரை பாலாவை ஓட்டித் தள்ளிவிடுவார்கள். ஒருவேளை காவியாகவே இருந்தால். நம்பரை டயல் செய்தான். மொபைலைக் காதுக்குக் கொண்டு செல்லும்போது தன் கைகள் நடுங்குவதைப் போல் உணர்ந்தான். முதல் ரிங்கிலயேயே "ஹலோ" என்றாள் ஹஸ்கி வாய்ஸில். காவியாதான். ஒரு பெண்ணின் குரல். அதுவும் ஹஸ்கி வாய்ஸில், அதை முதல் முறை அனுபவிப்பவன் நிலையை பரிபூரணமாக உணர்ந்தான் பாலா.

"நல்லாருக்கியா?"

"ம்ம், நீ?"

"நல்லாருக்கேன், உன்கிட்ட ஒன்னு கேக்கனும்னுதான் கால் பண்ணேன்" என்றாள்.

பாலாவின் மனம் எங்கெங்கோ சென்றது. அடக்கிக்கொண்டு. "கேளு" என்றான்.

"அதென்ன பஸ் ஸ்டாப்ல என்ன பாத்தா மூஞ்ச திருப்பிட்டு போறது, அவ்ளோ கேவலமாவா இருக்கேன்"

"ச்ச! ச்ச! அப்படிலாம் இல்ல, பொண்ணுங்ககூட பேசிப் பழகினதில்ல அதான்"

"ஆமா இப்படி மூஞ்சிய திருப்பிட்டுப் போனா யாரு உன்கூட வந்து பேசி, பழகுவா?" எனச் சிரித்தாள். பாலா சிரித்துவிட்டுச் சொன்னான்.

"என் நம்பர் உனக்கெப்படி தெரியும்?"

"அதெல்லாம் உனக்கெதுக்கு எப்படியோ தெரியும்"

"சொல்லு"

"உங்க காலேஜ் பஸ்ல என் ப்ரெண்டோட ப்ரெண்ட் வார்ரா, அவகிட்ட வாங்கினேன், அவ யாருன்னு கேக்காத" என்றாள்.

"ஓஹோ, சரி" அமைதி.

சில வினாடிகளுக்குப் பின்.

"அப்புறம்" எனத் தொடங்க. இந்த அப்புறத்திற்குப் பின், அந்தத் திருமணம் முடியும் இரண்டு நாட்களும் காவியா மிஸ்டுகால் விடும்போதெல்லாம் இவன் அழைத்துப் பேசிக்கொண்டிருந்தான். இத்தனை நாள் நான்கு வீடு தள்ளி இருந்தவள் இன்று இத்தனை நெருக்கமாவாளெனப் பாலா எதிர்பார்க்கவில்லை. பேசித் தீர்த்தார்கள். காவியாவை எப்போது காண்போம் என ஏக்கமே வந்தது பாலாவுக்கு. நண்பர்களோடு சரியாகப் பேசவில்லை. சாப்பிடும்போது அவள் அழைப்பு வந்தால் அப்படியே விட்டுச் சென்றான். திருமணம் முடிந்து மீண்டும் திருச்சி வந்தான். அன்றைய காலை கல்லூரிக்குச் சிரத்தை எடுத்துக் கிளம்பினான். தொலைவிலேயே காவியாவைப் பார்த்தான். சிரித்தவாறு முகத்தை வைத்துக்கொள்ள முயன்றான்.

அப்படியே அவளருகில் சென்று "ஹாய்" என்றான். அவள் கடமைக்கு "ஹாய்" என்றாள். "சாப்டாச்சா" என்றான். "ம்ம், இங்க நிக்காத தயவு செஞ்சு போ" என்று கெஞ்சுவது போலச் சொன்னாள். பாலா அவமானப்பட்டதைப் போல் உணர்ந்தான். ஒருவேளை அவளுடன் பேசியதெல்லாம் கற்பனையோ என நினைத்துத் தன் மொபைலை எடுத்துப் பார்த்தான். அவள் மெஸேஜும், டையல் லிஸ்டில் அவள் நம்பரும் இருந்தது. அன்று அவனுடைய நாள் நீண்டதாய் இருந்தது. தைரியத்தோடு அந்த நம்பருக்கு அழைத்தான், *"switch off"* என்றது.

அன்றிரவு அவன் சாப்பிட்டுக்கொண்டிருக்கும்போது காவியாவிடமிருந்து அழைப்பு வந்தது. பேசவில்லை. நிறைய முறை *"sorry"* என அனுப்பி இருந்தாள். மனம் கேட்காமல் அழைத்தான்.

"Sorry da, sorry da pls" என்றாள். அவள் குரல் கம்மியிருந்தது.

"பரவால்ல, பரவால்ல சொல்லு" என்றான்.

“இல்லடா எங்கப்பாக்கு இதெல்லாம் பிடிக்காது, யாராவது நாம பேசறத பாத்துச் சொல்லிட்டா என்ன ஏதுனு கேப்பாரு அதான்”

"கேட்டா ப்ரெண்டுனு சொல்லு, பக்கத்துவீடுதானே காவியா நாம" என்றான்.

"அதெல்லாம் அவருக்குப் புரியாதுடா, இனிமே என்கூட மொபைல்ல பேசு, நேர்ல பேசனும்னா நானே சொல்றேன், *sorry*"

"ஓகே ஓகே, அம்மாப்பா ஒரு மாசம் ஊருக்குப் போறங்க, சென்னைல பெரியம்மா பொண்ணு குழந்தைய பாத்துக்க ஆளில்லையாம்"

"அதுக்கு?"

"ஒரு மாசம் என்கூட இருந்து சமைச்சுப் போடு" எனச் சிரித்தான்.

"ச்சீ பொறுக்கி" என அவளும் சிரித்துவிட்டு "தேங்க்ஸ் பாலா, நீ கோவிச்சுட்டு பேசாம போவிடுவியோனு பயந்துட்டேன்"

"என்கூட பேசற ஒரே பொண்ணு நீ, உன்னையவிட்டு நா எங்க போகப்போறேன்".

அடுத்தநாள் காலை பேருந்து நிறுத்தத்தில் காவியாவே பாலாவை அழைத்தாள். அருகில் சென்றான். சட்டென்று டிபன் பாக்ஸை இவன் கைகளில் கொடுத்து, "நிக்காத போ" என்றாள். மாலை பேசும்போது "என்கிட்ட சாப்பாட்ட கொடுத்துட்ட, நீ என்ன சாப்ட?"

"ப்ரெண்ஸ்கூட ஷேர் பண்ணி சாப்டேன்டா"

"இப்டிலாம் பண்ணாத லூசு, கஷ்டமா இருக்கு"

"அதெல்லாம் ஒரு கஷ்டமும் இல்ல, நாளைக்கு காலைல அந்த டிபன் பாக்ஸ கொண்டுவா மறக்காம"

அடுத்தநாள் அந்த டிபன் பாக்ஸைத் தரும்போது இன்னொரு டிபன் பாக்ஸை இவன் கையில் திணித்தாள். அவளைப் பார்த்தான், "போ" என்றாள் கண்களாலேயே, பேரழகியாயிருந்தாள்.

அன்றிரவு பேசும்போது "ஏன்டி..." என இவன் ஆரம்பிக்கும் முன்

"டேய் நானே ரெண்டு டிபன் பாக்ஸ் கொண்டு வந்துட்டேன்டா, காலைல வீட்டுல சாப்பிடல" என்றாள்.

"கஷ்ட..."

"அய்யோ டேய் நானே அரை இட்லியும் ஒரு தோசையும்தான் சாப்பிடுவேன் ரொம்ப பீல் பண்ணாத" என்றாள்.

பல மாதங்கள் இத்தகைய பேச்சுகளும், பரிமாறல்களும் தொடர்ந்தன.

"பாலா உனக்கு ஒன்னு தெரியுமா, நா கருப்பு, குட்டைனு என் ப்ரெண்ஸெல்லாம் கேலி பண்ணுவாங்கடா, ரோட்டுல யாராச்சும் பையன் கருப்பா போனாகூட அவன காட்டி "காவியா உனக்கு செம ஜோடி"னு கிண்டல் பண்ணுவாங்க. கிண்டல்னாலும் மனசுக்கு ரொம்ப கஷ்டமா இருக்கும்டா".

பாலாவுக்கு என்ன சொல்வதென்று தெரியவில்லை.

"அழகெல்லாம் மனசுக்குதான்டி" என்றான்.

"அதெல்லாம் சும்மாடா, நானே பாத்திருக்கேன் என் ப்ரெண்ஸோட நிக்கும்போது எவனும் என்னை சைட்டடிக்ககூட மாட்டானுக"

"உன்கூட பழகின எனக்குத் தெரியும், நீ ஒரு தேவதைடி"

"டேய்"

"வேற எதும் பேசாத, நீ என் தேவதை"

"தேங்க்ஸ்டா, உன்னோட ப்ரெண்ஷிப் எப்பவும் வேணும் எனக்கு"

பிறிதொருநாளில்...

"பாலா இந்த சன்டே உன்னோட ப்ரெண்ட்கிட்ட வண்டி வாங்கிட்டு வர முடியுமா?"

"ம்ம், எங்க போகனும்?"

"நேர்ல சொல்றேன், ரெண்டு வண்டி வேணும்"

"என்னடி, என்ன பண்ணப்போற, ஸ்கூட்டி மாதிரி வேணுமா"

"எதுனாலும் ஓகே"

ஞாயிற்றுக்கிழமை சரத்தை அழைத்துக்கொண்டு பாலா சென்றான். துவாக்குடி பேருந்து நிலையத்தில் காவியா நின்றிருந்தாள்,

பாலா அவளருகில் வண்டியை நிறுத்தினான். பேருந்து நிறுத்தத்தில் கூட்டமில்லை. லேசாக இருட்டத் தொடங்கியிருந்தது. காவியா அருகில் ஒல்லியாய் கண்ணாடி அணிந்து கொண்டிருந்தான் ஒருவன். காவியா பாலாவிடம் "இதுதான்டா அருள், எங்க அத்தைப் பையன், இவனதான் கல்யாணம் பண்ணிக்கப்போறேன்" என்றாள்.

"ராயப்பேட்ட இறங்கு" என்ற கன்டக்டரின் குரல் கேட்டு நினைவுகளிலிருந்து மீண்டான் பாலா. இறங்கி நடந்து அலுவலகத்தையடைந்தான். சில நிமிடங்கள் காத்திருக்கச் சொன்னார்கள். நாற்காலியில் அமர்ந்து தன் மொபைலை எடுத்து எதையோ பார்த்துக்கொண்டிருந்தான். அவன் மனம் விட்ட இடத்திலிருந்து மீண்டும் நிகழ்வுகளை அசைப்போடத்தொடங்கியது.

காவியா அப்படிச் சொல்லிவிட்டு ஒருவனை அறிமுகப்படுத்தியது சற்று அதிர்ச்சியாக இருந்தாலும் உடனே சமாளித்துக்கொண்டு "ஹலோ பாஸ்" என கை நீட்டினான். இருவரும் விசாரித்துக்கொண்டார்கள். "பாலா ஒரு ஹெல்ப், எங்களுக்கு ஒரு வண்டி தர்ரியா சும்மா கொஞ்ச தூரம் இவன்கூட பைக்ல போகனும்னு ஆசைடா" என்றாள்.

பாலா சரத்தைப் பார்க்க, சரத் பாலாவின் பைக்கில் ஏறிக்கொண்டான். "ஏரியால தண்ணியடிச்சுட்டு சுத்திட்டிருப்பானுக, அவரு வேற புதுசு, நீங்க முன்னாடி போங்க நான் கேப் விட்டு வரேன்" என்றான் பாலா. அவர்கள் முன்னே செல்ல "என்ன மச்சி இவ்ளோ நாள் பேசியும் இதைப்பத்தி ஒருவார்த்தைகூட சொல்லலியா உன்கிட்ட" என்றான்.

"நானும் கேட்டதில்லடா" என்றான்.

"இல்லடா இவ்ளோ க்ளோஸ் ப்ரெண்டுனு சொல்லுவ, இதை ஏன் மறைக்கனும், உன்ன நல்லா யூஸ் பண்ணிக்கப் போறாடா" என்றான்.

"டேய் தேவையில்லாம பேசாத, இது நம்மோட இருக்கட்டும்" என்றான். சுமாராய் 30 நிமிடங்களுக்குப் பிறகு மீண்டும் அந்தப் பேருந்து நிறுத்தத்திற்கு நால்வரும் வந்தனர். காவியா அவளுடைய பையிலிருந்து ஒரு பைலை எடுத்துப் பாலாவிடம் கொடுத்தாள். "ஒருவேளை நாங்க ரெஜிஸ்டர் மேரேஜ் பண்ணிக்கிற மாதிரி இருந்தா நான் கேக்கும்போது இதைக் கொண்டுவந்து கொடு பாலா என்றாள்.

"அத்தைப் பையன்தானே, அதுக்கு ஏன் ரெஜிஸ்டர் மேரேஜ் வரைக்கும் யோசிக்கிற?"

"அதுதான் பிரச்சினையே, ரொம்ப வருசம் முன்ன எதோ கெடாவெட்டுல இவங்கப்பாக்கும் எங்கப்பாக்கும் அடிதடி சண்டையாகி அதுக்கப்புறம் எதாச்சும் கல்யாணத்துல பாத்தாக்கூட மூஞ்ச திருப்பிக்கிற நிலைமைலதான் இருக்கு, அதனாலதான் இப்படி, நான் வீட்டுல சொல்லிப் பாப்பேன், முடியாதுன்னா ரெஜிஸ்டர் கல்யாணம்தான், வேற வழியில்ல" என்றாள் தீர்மானமாய். காவியா அப்போது வேறு மாதிரி தெரிந்தாள் பாலாவுக்கு.

அதற்கடுத்தநாள் பேசும்போது "ரொம்ப தேங்க்ஸ் பாலா, நேத்து ரொம்ப சந்தோசமா இருந்தேன்" என்றாள்.

"பரவால்லடி, என்ன ஒரு வார்த்தை முன்னாடியே சொல்லி இருக்கலாம்"

"இல்லடா அருள்தான் சொல்ல வேண்டாம்னு சொல்லிட்டான், ஆனா என்னால மறைச்சுப் பேச முடியல, அதுதான் நேர்லயே பாக்க வச்சுட்டேன், நேத்துதான் மனசுல ஒரு பாரமே குறைஞ்சது, இல்லனா அவன் வெயிட்டிங்ல வந்தாக்கூட உன்கிட்ட சொல்ல முடியாம திணறி இருக்கேன், தப்பா நினைச்சுக்காத பாலா"

"இதுல என்ன இருக்கு, தோணுச்சு கேட்டேன்"

"புரியுதுடா, இந்த மொபைலே அவன் வாங்கிக் கொடுத்ததுதான். பாலா எனக்கு உன்ன ரொம்ப புடிக்கும் தெரியுமா, நீ என் வாழக்கை முழுசும் ப்ரெண்டா இருக்கனும்டா, யாரு என்கூட இல்லாட்டியும் நீ இருக்கனும்"

"இருப்பேன்டி"

"ப்ராமிஸா?"

"ப்ராமிஸா..."

"எம்மேல ப்ராமிஸா?"

"ப்ராமிஸாடி" என்றான்.

"தேங்க்ஸ்டா".

இடையில் கொஞ்சநாட்கள் காவியா எப்போதாவது பேசினாள். பாலாவும் பேசுவதைக் குறைத்துக்கொண்டான். என்னதான் காவியா சொன்னாலும் அவள் மனதில் அவனுக்கான இடம் சற்று தொய்ந்துவிட்டதைப் போலுணர்ந்தான். திடீரென ஒரு இரவில் காவியா அழைத்தாள், பதட்டமாய் "பாலா வீட்டுல தெரிஞ்சுபோச்சு, அன்னைக்கு வண்டில போனத யாரோ சொல்லிட்டாங்க போலடா, வீட்டுல செம சண்டை, ஆனா நான் நார்மலாதான் இருக்க மாதிரி பேசியிருக்கேன், நாளைக்கு பஸ்ஸ்டாப் வரைக்கும் அப்பா வருவாரு, நான் காலேஜ் பஸ்ல ஏறி, பால் பண்ணைல இறங்கி, சென்ட்ரல் பஸ் ஸ்டாண்டு வந்துடுவேன், அருள் கிளம்பி வந்திட்டிருக்கான், நீ அந்த சர்டிபிகேட்ட மட்டும் காலைல மறக்காம கொண்டுவந்துடு" என்றாள்.

"சரி டி, கவனமா இரு" என மொபைலை வைத்துவிட்டு சரத்தை அழைத்தான். "மச்சி காவியாவோட அந்த பைல எடுத்துட்டு வர்ரியா?" என்றான்.

"அது என்கிட்ட எங்கடா இருக்கு, அன்னிக்கு சரண்ராஜ் ரூம்லதான வண்டிய விட்டோம்" என்றான். பகீரென்றது பாலாவிற்கு. நினைவிற்கு கொண்டுவந்தான். ஆம் சரண்ராஜ் ரூமில்தான் வண்டியை விட்டான், பைலை அந்த ரூமிலேயே வைத்துவிட்டு வந்திருந்தான். உடனே சரண்ராஜுக்கு அழைத்தான், அவன் ரூம் காட்டூரில்தான் இருந்தது. பல நிமிடங்கள் கழித்து சரண்ராஜ் லைனில் வந்தான். "...லி போன எடுக்க மாட்டியா?" எனக் கத்தினான் பாலா.

"ஏன்டா கத்தற, என்னானு சொல்லு?"

"உன் ரூம்ல ஒரு பைல் இருக்கும் அதை எடுத்து வை, நான் கால் மணி நேரத்துல அங்க இருப்பேன்"

"மச்சி மச்சி, அந்த ஆரஞ்சுக்கலர் பைலா கேக்கற"

"ஆமாடா

"அது என்கிட்டதா மச்சி இருக்கு" என்றான்.

"அதான்டா நீ எடுத்து வை நான் வரேன்" என்றான்.

"எங்க கேரளாவுக்கா?" என்றான் சரண்ராஜ்.

"கேரளாவா, லூசுக்க... என்னடா பேசற"

"நீதான்டா லூசுக்க... நான் இங்க அக்கா வீட்டுக்கு வந்தேன்டா, பைல் முன்னாடி இருந்துச்சேனு சேப்டியா எடுத்து என் பைல வச்சேன், நாளைக்கு நைட்டு வாங்கிக்கடா யப்பா உன்னோட அதிசய பைல" என்றான்.

பாலாவிற்கு நெஞ்சை அடைத்தது. "அதை ஏன்டா எடுத்துட்டு போன"

"இங்க மாமா கம்பெனில ஒரு ப்ராஜெக்ட்டுடா, அதுக்கு ஏன் புது பைல் வாங்கனும்னு இதை எடுத்தேன், வேலை முடிஞ்சது, அதுக்குள்ள இருந்த சர்டிபிக்கெட்டல்லாம் என்கிட்டதான் பத்திரமா இருக்கு" என்றான். சில விநாடிகள் கெட்ட வார்த்தைகளில் அவனைத் திட்ட. அவனும் திருப்பித் திட்டிவிட்டு மொபைலை வைத்தான்.

பாலாவிற்கு தலை சுற்றுவது போலிருந்தது. இதை எப்படிச் சொல்வது. சரத்தை அழைத்தான், "டேய் கேரளா போய் வாங்கிட்டு வந்துடலாமா?"

"என்னடா பேசற மணி பதினொன்னாவது, இப்ப கிளம்பி போயி வர்ரதுக்குள்ள அவனே வந்திடுவான்"

"இல்லடா?"

"டேய் ஒன்னுமில்லடா நீ நாளைக்கு வாங்கி கொரியர் அனுப்பி விடறேன்னு சொல்லு"

"ம்ம்"

அவளுக்கு மெஸேஜ் செய்தான்.

"அங்க நீங்க தங்குற அட்ரஸ் எதுமிருக்கா"

"இல்லடா அருள் அதைப்பத்தி எதும் சொல்லலடா, ஏன்?"

"சும்மாதான்" என முடித்துக்கொண்டான். அவனால் சொல்லமுடியவில்லை.

சரத் சொன்னது போல் இது ஒரு சாதாரண பிரச்சினைதான், ஆனால் பாலாவால் அதைச்சொல்ல முடியவில்லை. ஏதோ ஒன்று அவனைத் தடுத்தது. அப்போதே கிளம்பி சரத் ரூமுக்குச் சென்றான்.

மொபைல சுவிச் ஆப் செய்தான். அதன்பின் காவியாவோடு பேசவே இல்லை. மொபைலை மீண்டும் ஆன் செய்தபோது பல மெஸேஜ்கள் காவியாவிடமிருந்து. பஸ் சென்னை செல்லும்வரை பாலா பைல் கொண்டுவருவானென நம்பியிருந்திருக்கிறாள். பாலாவால் தாங்கிக்கொள்ள முடியவில்லை. அதன் பிறகு சில நாட்களில் வேலை காரணமாக வேறு ஊருக்குப் பாலாவின் குடும்பம் வந்துவிட காவியாவும் அவள் நினைவுகளும், அவளுக்குச் செய்த துரோகமும் கொஞ்சம் கொஞ்சமாய் மறந்து போயிருந்தது. இன்று மீண்டும் அந்த நினைவுகள் மொத்தமும் பேரலையாய்ப் பாலாவைத் தாக்கியது.

"பாலகிருஷ்ணன்" என அழைப்பு வந்தது. திடுக்கிட்டு எழுந்தான். அவனை அழைத்து சில கையெழுத்துக்கள் வாங்கிக்கொண்டு, ஒரு வாரம் கழித்து ஆன்லைனில் பார்த்துக்கொள்ளச் சொன்னார்கள். சரி என்றுவிட்டு திரும்பியவனை மோதுவது போல் வந்து நின்றாள் காவியா.

"என்ன நியாபகமிருக்கா சார்?" என்றாள்.

பாலாவால் நம்ப முடியவில்லை. திணறிக் கொண்டு "ம்ம் இருக்கு" என்றான்.

"ரெண்டு நிமிசம் வெயிட் பண்ணுறியா, வேலை முடிச்சிட்டு வரேன்"

பாலா அமர்ந்திருந்தான்.

காவியா வந்தாள்.

"அப்புறம் எங்கடா இங்க சுத்திட்டிருக்க?" என்றாள்.

"PFல நாமினி *Add* பண்ண வந்தேன், ஆன்லைன்ல சர்வர் ப்ராப்ளம், நீ இங்கயா வேலை பாக்கற"

"இல்லடா, நா ஒரு கார்மென்ட்ஸ்ல இருக்கேன், புதுசா ஜாயின் பண்ணவங்களுக்கு *PF* பார்மாலிட்டிஸ்காக வந்தேன், வா டீ சாப்டு பேசலாம்"

ஒரு பேக்கரியில் அமர்ந்தார்கள்.

"அப்புறம் லைப் எப்படி போகுது?"

"சாரி காவியா, அன்னைக்கு"

"ஒரு ...யிரும் சொல்லாத, அத நினைச்சாலே இப்பக்கூட மனசு ஆறல, அதைப்பத்தி பேசாதடா ப்ளீஸ்"

அமைதி.

"சாரிடா" என்றாள். "எத்தனை பசங்க" என்றாள்.

"ரெண்டு பேர், ஆனா கல்யாணம்தான் ஆகல" என்றான்.

"ஓஹோ, எந்த ஸ்கூ... ச்சீ பொறுக்கி நாயே பேச்சப்பாரு, நீ செஞ்சாலும் செய்வடா" என்றாள் சிரித்துக்கொண்டே. அவள் மொபைலை எடுத்துக்காட்டினாள். அருளுக்கு சொட்டை விழுந்திருந்தது. காவியா அருகில் அவள் சாயலில் குட்டிப்பெண்ணும், அருள் கைகளில் ஒரு பாப்பாவும் இருந்தனர். "ஏழு வருச லைப் ஒரே போட்டோல பாத்தியா" எனக் கண்ணடித்தாள். கண்ணாடி அணிந்திருந்தாள்.

"நான் ஒருத்திய லவ் பண்ணேன் விட்டுப் போயிட்டா, எல்லாம் உனக்குச் செஞ்ச துரோகம்" என்றான் பாலா.

"டேய் சப்புனு அறைஞ்சிட்டு எந்திருச்சு போயிடுவேன், அதெல்லாம் ஒரு விஷயமே இல்லடா, நாலு நாள்ல நாங்க கல்யாணம் பண்ணிட்டோம், அந்த சர்டிபிகேட் இருந்திருந்தா கொஞ்சம் பணம் மிச்சம் அவ்ளோதான், உன்னால எதும் கெட்டுப்போகலடா, மூத்தவ பொறந்தோன்னே குடும்பம் சேந்துடுச்சு, நான் சந்தோசமா இருக்கேன்டா" என்றாள்.

"உன்னால எதும் கெட்டுப்போகலடா" என்றது பாலாவின் மனதைக் குளிரவைத்தது. சட்டென அவள் கைகளைப் பிடித்துக்கொண்டு "தேங்க்ஸ் காவியா" என்றான். "பரவால்லடா" அவன் கைகளை அழுத்திக்கொண்டான்.

"சரி எப்போதுண்டா கல்யாணம்?"

"பண்ணனும்டி, அப்பா நாலு வருசத்துக்கு முன்ன போயிட்டாரு"

"கேள்விப்பட்டேன்டா"

"தெரியுமா?"

"ம்ம், ஆனா பேச முடியல, அருளுக்கு உன்மேல ரொம்ப கோவம், அவன மீறிப் பேசனும்னு எனக்கும் தோணல, கோவிச்சுக்காத"

"ச்ச, பரவால்லடி, இன்னிக்குப் பேசறதே பெரிய விஷயம்"

"அப்டிலாம் இல்லடா, என் லைப்ல எனக்கே எனக்குனு இருந்த ப்ரெண்டு நீதான்" எனக் குனிந்துகொண்டு விசும்பிவிட்டு நிமிர்ந்தாள். பெருமூச்சு விட்டுவிட்டு. "சரிடா கிளம்பறேன்" என எழுந்தாள்.

பாலா ஓடிச்சென்று இரண்டு பெரிய சாக்லேட்டுகளை வாங்கி வந்து அவளிடம் கொடுத்து "புள்ளைங்ககிட்டக் கொடு" என்றான்.

"முடியாது, இது எனக்குத்தான், என்னோட கல்யாண கிப்ட்" எனக் கண் சிமிட்டினாள். இருவரும் பேருந்து நிறுத்தம் வந்தார்கள். பாலா மொபைலை எடுத்துக்கொண்டே "நம்பர் சொல்லு" என்றான்.

"நோ சான்ஸ்டா, அருளுக்கு உன்கூட பேசறது தெரிஞ்சா அவ்ளோதான், அவனுக்குத் தெரியாம பேசவும் முடியாது, பாப்போம் இதே ஊர்லதானே இருக்கப்போறோம், மீட் பண்ணுவோம்"

"ஓஹோ" என்றுவிட்டு பேச்சை மாற்றுவது போல, "எனக்கு ரொம்ப நாளா ஒரு சந்தேகம்" என்றான்.

"என்னடா?"

"நானும் நாம பேச ஆரம்பிச்ச நாளா உன்கிட்ட கேக்கனும்னு நினைச்சேன்"

"கேட்டுத்தொல"

"இல்ல, நான்தான் படிக்காம சுத்தினேன், அதனால மார்க் கொறைஞ்சது, நீ ராப்பகலா படிச்சும் எப்படி அவ்ளோ மார்க் கம்மியா எடுத்த"

"இப்போ இது ரொம்ப முக்கியமாடா?"

"சொல்லுடி"

"நானெங்கடா ராப்பகலா படிச்சேன், எங்கப்பாதான் விடிய, விடிய உக்காந்து படம் வரைஞ்சிட்டிருப்பாரு, நானெல்லாம் ஆவரேஜ் ஸ்டூடன்டுதான்" என்றாள்.

"அடக்கொடுமையே இதை முதல்ல எங்கம்மாகிட்டச் சொல்லணும்" என்றுவிட்டுச் சிரித்தான்.

"ஏன்?" என்றதற்கு அவன் அம்மா காவியாவின் படித்தல் குறித்து சொன்னதைக்கூற, குபீரென்று சிரித்தாள்.

"நெஜம்மா சொல்லு, உனக்கு எம்மேல கோவமே இல்லையா" என்றான்.

"கோவமா கொல வெறியே இருந்துச்சு, ஆனா இந்த மூஞ்ச நேர்ல பாத்தோன்னே எல்லாம் போச்சு"

அமைதி.

காவியாவுக்கான பஸ் வந்தது. "ஆனா நீ செஞ்சதுக்கெல்லாம்" என்றாவறே அவனருகில் வந்து, முழங்கைக்கு மேல் நறுக்கென்று கிள்ளிவைத்துவிட்டு வேகமாய்ப் பேருந்து நோக்கி நடந்தாள். பாலா "ஸ்ஆஆ" எனக் கைகளைத் தேய்த்துக்கொண்டே அவளைப் பார்த்தான். ஜன்னல் வழியே குனிந்து இவனைப்பார்த்து சிரித்தாள், பேருந்து நகர்ந்தது. அவள் கிள்ளிய இடத்தைத் தொட்டுப் பார்த்துக் கொண்டான். காவியா கிள்ளியதன் வலி தீர்ந்தபின்னும் பாலாவின் கண்கள் கலங்கியது.

கொலை சார்ந்த இடம்

"இந்தாளுவேற ஓயாம கூப்டுகிட்டே இருப்பான்" என்று தனது மொபைலை எடுத்து காதில்வைத்து, "சார் ஸ்பாட்டுக்கு வந்துட்டோம், ஸ்டீபன் என்கூடதான் இருக்காரு, ஸ்பாட்ல என்கொயரி முடிச்சுட்டு நானே கூப்பிடுறேன்" இன்ஸ்பெக்டருக்குப் பதில் சொல்லிக்கொண்டிருந்தவன் எஸ்ஐ மணிவேல், உடனிருந்த ஸ்டீபனும் எஸ்ஐ.

"யோவ் மணி போனை எடுத்தா முதல்ல எதிர்ல இருக்கவன் என்ன சொல்ல வரான்னு கேளு, நீ திண்ணதையெல்லாம் வாந்தி எடுத்திட்டிருக்காத, என்கொயரி முடிச்சிட்டு கால் பண்ணு, அடுத்த மாசம் திருப்பதி போக தரிசன டிக்கெட் புக் பண்ணனும் மறந்திடாத".

அவன் சொன்ன "சரி சாரை" கேட்காமலேயே அழைப்பு துண்டிக்கப்பட்டது.

"என்னவாம் ஐயாவுக்கு?" என்றான் ஸ்டீபன்.

"திருப்பதி போகனுமா, தரிசன டிக்கெட் கேக்கறான்".

"வருசம் முழுசும் மத்தவனுக்கு மொட்டையடிக்க வேண்டியது, வருசத்துக்கு ஒருதடவ அந்தாளே அடிச்சுக்கறாரா, என்னக் கருமமோ!"

அவர்கள் நின்றுகொண்டிருந்தது திருச்சி - தஞ்சை தேசிய நெடுஞ்சாலையிலிருந்து சற்று உள்ளே இருக்கும் எறும்பீஸ்வரர் கோவிலின் கடைசியில் முன்னொரு காலத்தில் வாய்க்காலாகவும், தற்போது மெகா சாக்கடையாகவும் உருமாற்றம் பெற்றிருந்த இடம்.

நான்கைந்து பேர் நின்றிருந்தனர். அந்த ஏரியா ஆட்கள். கைலி பனியனோடு, அங்கே என்ன நடக்கப்போகிறதென்பதையும், அதை முதல் ஆளாய் தனக்குத் தெரிந்தவர்களுக்குப் பகிர்ந்து கொள்ளும் ஆர்வத்தை அவர்கள் முகம் சொன்னது.

காக்கி சட்டை, டவுசர் அணிந்த இரு சுகாதார பணியாளர்கள் மணி, ஸ்டீபனை நோக்கி வந்தனர்.

"வணக்கம் சார்" என்றனர்.

பதில் வணக்கத்தைக் கைகளால் சொல்லிவிட்டு "நீங்கதான் பாத்திங்களா?" என்றான் மணி.

"ஆமா சார், காலைல டூட்டி போறதுக்கு முன்ன அந்த டீக்கடைல டீ சாப்டுதான் (கை நீட்டிக் காண்பித்து) கிளம்புவோம், இந்த இடத்துல இருந்து தண்ணி தேங்கி ரோட்டுக்கு வருதுனு கடைக்காரர் சொன்னாரேனு வந்து பாத்தோ..." பேசிக்கொண்டே அங்கே சாக்கடை நீர் தேங்கியிருந்த இடத்திற்கு வந்தனர்.

ஒரு மனிதனின் முழங்கால் முதல் பாதம்வரை நீரின் ஓட்டத்திற்கேற்ப ஆடிக்கொண்டிருந்தது. ஈக்கள் குழப்பத்தோடு மொய்த்துக் கொண்டிருந்தன. அது சாக்கடை என்பதால் பிணத்தின் நாற்றம் ஏதும் தனியாக வரவில்லை.

"அண்ணே கவனமா பாடிய வெளில எடுங்க, நீங்க ஜாக்கிரதையா நின்னு தூக்குங்க, ஆளுங்க வேணும்னா கூப்பிட்டுக்கங்க" என்றான் ஸ்டீபன்.

"இல்ல சார், இத எடுத்துப் போட்டு டூட்டிக்கு போகனும், சூப்பர்வைஸர் திட்டுவாரு"

"இல்லண்ணே நாங்க சொல்லிதான வந்திங்க எதும் சொல்லமாட்டாங்க" என்றாவரே திரும்பி அந்தக் கடையைப் பார்த்துச் சைகை செய்து அங்கிருந்தவனை அழைத்தான் ஸ்டீபன்.

சட்டை பட்டனை மாற்றிப் போட்டுக் கொண்டு வந்த கடைக்காரனிடம் "நேத்து யாராச்சும் இந்தப் பக்கமா வந்துட்டு போனத பாத்திங்களா?" என்றான் மணி.

"இல்ல சார்".

"கடை எத்தனை மணிவரைக்கும் இருக்கும் நைட்டு"

"பத்து, பத்தரைக்கெல்லாம் க்ளோஸ் பண்ணிடுவேன் சார்"

"பாதி கதவத் தொறந்துட்டு நைட்டுலாம் யாவாரம் பாக்கறதா சொன்னாங்களே!"

"அய்யோ சார், அதெல்லாம் முன்னாடி சார், இப்போ ரோட்டுமேலயே நிறைய கடை இருக்கிறதால வருமானம் கம்மியாதா வருது, அதனால ரிஸ்க்கு வேணாம்னு பத்து மணியோட சரி சார்"

"சரி இங்க தண்ணி தேங்கி இருந்தா உங்களுக்கென்ன பிரச்சின?" என்றான் மணி.

"வம்பா போச்சே சார், அங்கிருந்து பாக்க ரோட்டுமேல தண்ணி ஏறி இருந்துச்சு, நம்ம காந்தியண்ணன்கிட்ட யாதார்த்தமா சொன்னேன், இதுக்குப் போய் என்னைய விசாரிக்கறிங்களே சார்".

"அப்படியில்லிங்க, எதாச்சும் உருப்படியான தகவல் வருதானுதான் பாக்கறோம்" என ஸ்டீபன் சொல்லி முடிக்கவும் "சார் எடுத்தாச்சு" என்று காந்தி கத்தவும் சரியாக இருந்தது.

இளைஞனின் பிணம். தலை முடியில் நீர் சொட்டிக் கொண்டிருந்தது. கண்கள் மூடி, வாய் பிளந்த நிலையில் இருந்தது. தண்ணீரில் ஊறியதில் சற்று உப்பியிருந்தது. கழுத்து மற்றும் சில இடங்களில் அடர் பச்சை அப்பியிருந்தது. ஜட்டி மட்டும் அணிந்திருந்த உடல். வேறெங்கும் காயங்கள் இருந்ததற்கான அறிகுறிகள் இல்லை.

"GHக்கு கால் பண்ணு ஸ்டீபா" என்றுவிட்டு, "நீங்கக் கிளம்புங்க" என்று சுகாதாரப் பணியாளர்களிடம் சொல்லிவிட்டு, "ஏய் இங்கலாம் நிக்கக் கூடாது கிளம்பு, கிளம்பு" என்று அப்பிணத்தைப் பார்க்க வந்தவர்களைத் துரத்தியடித்தவாறே தன் மொபைலிலிருந்து இன்ஸ்பெக்டருக்கு அழைத்தான் மணி.

"சார் மணி"

"ம்ம்"

"ஒரு பையனோட பாடி சார், பாத்தவரைல காயம் ஏதும் தெரியல, ஆனா ஜட்டி மட்டும் போட்டிருக்கான், ராப்பரி ஆங்கில்ல இருந்து பாக்கலாம் சார், பாடி டீகாம்போஸ் ஆறதுக்குள்ள GH அனுப்பி, வேற எதும் தகவல் கிடைக்குதானு பாக்கனும் சார்"

"சரிய்யா, சீரியஸா ஏதுமில்லையே"

"இல்ல சார் இப்போதைக்கு அடையாளம் தெரியாத பிணம்"

"சரி நா ரிப்போர்டிங் பண்ணிடறேன், நீ அந்தத் திருப்பதி மேட்டர பாரு"

"சரி சார்" எனப் போனை வைத்துவிட்டு ஒரு கெட்ட வார்த்தையை உதிர்த்து "சீரியஸா ஏதுமில்லையேங்கறான், இத விட சீரியஸா வேணும்னா நாந்தான் கழுத்த அறுத்துட்டுச் சாகனும்" என்றான்.

"அப்போகூட அந்தத் திருப்பதி டிக்கெட் போட்டியானுதான் உன் பாடிகிட்ட கேட்டுட்டிருப்பான்" எனச் சிரித்தான் ஸ்டீபன். மணியும் சிரித்தான். தங்களருகில் ஒரு பிணம் இருப்பதையோ, அந்த உயிருக்காக யாரேனும் தவித்துக் கொண்டிருப்பார்கள் என்பதை நினைத்து வருத்தமோ இல்லை அவர்களிடம். பழகியிருந்தார்கள். வேறு இடமாய் இருந்தால் இடத்தை ஆய்வு செய்திருப்பார்கள் அந்தச் சாக்கடை அவர்களுக்கு அந்தச் சிரமத்தைத் தரவில்லை. இனி அந்த இறந்துபோன மனிதன் யார், எப்படி இறந்தானெனக் கண்டுபிடிப்பதுதான் அவர்கள் வேலை, அதுவே தொடக்கம்.

அந்த மனிதன் யாரென்பதைக் கண்டுபிடிக்க அவர்களுக்குச் சிரமம் ஏதும் இருக்கவில்லை. திருவெறும்பூர் ஸ்டேசனுக்கு வந்த "காணவில்லை" கேஸோடு இந்த மனிதன் ஒத்துப்போக. அவன் சார்ந்தோரை அழைத்து உடலைக் காட்டி உறுதி செய்து கொண்டார்கள்.

GH-ன் பிணவறைக்கு வெளியே இருந்த கூட்டம், உள்ளே அறுக்கப் பட்டுக்கொண்டிருந்தவனுக்காக அழுது தீர்த்துக் கொண்டிருந்தது. உடலிலிருந்து தேவையான விவரங்கள் சேகரித்துக் கொள்ளப்பட்டது.

"பையன் எப்படி செத்தான்னு தெரியாம பாடிய வாங்க முடியாது" என்று சிறு கூச்சல் ஏற்பட, ரிப்போர்டிற்காகக் காத்திருந்த மணியும், ஸ்டீபனும் கூட்டத்தினரிடம் வந்தனர்.

"சார் இந்த நெஞ்சுல தூக்கி வளத்த பையன் சார், என்னா, ஏதுன்னு சொல்லாம பொணத்த கொடுத்தா எப்படி சார், எங்களுக்கு முடிவு இல்லாம வாங்க மாட்டோம், அனாமத்தா போற உசுரா சார் என் மாப்ளையிது" என்றுவிடு "அய்யோ நிர்மலு, மாப்ள" என அழத்தொடங்கினார்.

"சார் உங்களோட துக்கம் எங்களுக்கு நல்லா புரியுது, இத சாதாரணமா விட்டுட மாட்டோம், ஆல்ரெடி இந்த கேஸை ரெஜிஸ்டர்

பண்ணியாச்சு, நீங்கக் கேட்டாலும், கேக்காட்டியும் இந்தச் சாவு எப்படி நடந்துச்சுனு கண்டுபிடிக்காம விடமாட்டோம். ஆனா அது இப்பவே நடக்காது. நாங்க விசாரிச்சு கண்டுபிடிக்கனும். தயவு செஞ்சு எந்தப் பிரச்சினையும் பண்ணாம பையன வாங்கிட்டு போங்க. நான் பொறுப்பு, இந்தச் சாவு எப்படி நடந்ததுனு கண்டுபிடிச்சுச் சொல்றதுக்கு" எனப் பேசி முடித்தான் மணி.

கூட்டம் சலசலத்தது. விசும்பலினூடே "சரி சார், உங்கள நம்பி போறோம், ஆனா சீக்கிரமா எங்களுக்குப் பதில் வேணும்" என்றார் அந்த மாமா.

மணி கோபமாய் எதோ சொல்ல வாயெடுக்க "சார்கிட்ட சொல்லிட்டிங்கல்ல, அவரு பாத்துக்குவாரு" என்றான் ஸ்டீபன்.

மீண்டும் ஒரு சலசலப்போடும், அனிச்சையான அழுகையோடும் கூட்டம் கலைந்தது.

பிரேதபரிசோதனை ரிப்போர்ட்டை டாக்டர் விளக்கிவிட்டுத் தந்தார். ஆனால் அதுவும் அந்த மரணம் தொடர்பான ஒரு பேப்பராய் அந்த பைலுடன் சேர்ந்து கொண்டதைத் தவிர வேறந்த முன்னேற்றமும் இல்லை. நிர்மலின் சொந்தக்காரர்கள் இருமுறை ஸ்டேசனுக்கு வந்தார்கள். அவர்களைச் சமாதானப்படுத்துவது பெரிதான வேலையாக இல்லை.

மணியும், ஸ்டீபனும் அவர்கள் பதவியின் எல்லைக்குட்பட்டு என்ன செய்யமுடியுமோ செய்திருந்தார்கள். நிர்மலின் கல்லூரியில் விசாரித்தார்கள். அவன் மரணத்திற்கான எந்த முகாந்திரமும் கிடைக்கவில்லை. அந்தச் சாக்கடை இருந்த பகுதியில் பலவீடுகளில் விசாரித்தார்கள், பலனில்லை. பல முடிவற்ற வழக்குகளோடு இதுவும் முடிந்துவிடும் என்கிற நிலையில், ஒரு நாளின் காலை பத்து மணிவாக்கில் மணியின் மொபைலுக்கு ஒரு அழைப்பு வந்தது.

"ஹலோ எஸ்ஐ சாரா?" என்றது ஒரு ஆண் குரல்.

"ம்ம், சொல்லுங்க"

"நான் நவீன் பேசறேன்"

"எந்த நவீன்?"

"நிர்மல் ப்ரெண்டு நவீன்"

"ம்ம், சொல்லுப்பா"

"சார், நிர்மல் சாவுப் பத்தி எதுவும் தெரிஞ்சதா?"

"இல்லப்பா, என்கொயரி போயிட்டிருக்கு, தகவல் கிடைச்சா கண்டிப்பா சொல்றேன்"

"சரி சார், தாங்க்ஸ்" என போனை வைத்தான்.

போனை வைத்த மணி, சில விநாடிகள் போனையே பார்த்தான், அவன் போலிஸ் அனுபவம் தானாக நவீன் நம்பரை டயல் செய்தது.

"ஹலோ நவீன்!"

"சொல்லுங்க சார்"

"உனக்கு எதுவும் தெரியுமா, நிர்மல் டெத்த பத்தி"

"இல்ல சார், சாரி சார்" என்றான்.

"சரி நாம மீட் பண்ணலாமா?"

"எதுக்கு சார்?"

"ஜஸ்ட், நிர்மல் சாவு எங்களையும் உறுத்திட்டே இருக்கு, உன்னப் பாத்து பேசினா கொஞ்சம் ஐடியா கிடைக்கும்" அவன் இல்லை, அவன் போலிஸ் வேலை பேசியது.

"ஓகே சார்" என்று எந்த இடத்தில் சந்திக்க வேண்டும் என்பதை சொல்லி மொபைலை வைத்தான்.

ஸ்வேதா ட்ராவல்ஸ் அண்டு ரியல் எஸ்டேட் என்ற கடை/அலுவலகத்துக்கு மப்டியில் வந்திருந்தான் ஸ்டீபன்.

பாதிவரை கருப்புக் கண்ணாடியும், அதற்குக் கீழ் வெள்ளை ப்ளைவுட்டாலும் செய்திருந்த கதவைத் திறந்தான் ஸ்டீபன். உள்ளே சன்னமாக ஒரு பெண் அமரந்திருந்தாள்.

"செந்தில் இருக்காரா?" என்றான்.

"இல்ல சார், இன்னும் கொஞ்ச நேரமாகும்"

"இங்க வெயிட் பண்ணலாமா?"

"உக்காருங்க சார்" என்றுவிட்டு "நான் அப்புறம் பேசறேன்" எனச் சலித்துக் கொண்டே தன் மொபைலில் யாரிடமோ சொன்னாள். ஸ்டீபன் அலட்டிக்கொள்ளவில்லை.

சிறுது நேரத்தில் செந்தில் வந்தார்.

ஸ்டீபனைப் பார்த்து "சொல்லுங்க சார்" என்றார்.

வயது நாற்பதுக்கு மேலிருக்கும், அங்கங்கே வெள்ளை முடி எட்டிப் பார்த்த தலை, சற்று உயரமாக, கம்பீரமாக இருந்தார். வெள்ளை சட்டை பாக்கெட்டில் நூறு ரூவாய் நோட்டுகள் தன் இருப்பைக் காட்டியது.

"நா ஸ்டீபன், காட்டூர் ஸ்டேசன் எஸ்ஐ" என்றான்.

சட்டென முகம் மாறினார் செந்தில். ஒரு பதட்டத்துடன் "சொல்லுங்க சார், சொல்லுங்க சார்" என்றார்.

"இல்ல சார் அபிஸியலா வரல, அடுத்த வாரம் பேமிலி ட்ரிப் போக வண்டி ஒன்னு வேணும், அதான் என்னானு கேட்டுப் போலாம்னு".

"ஓஹோ, அது பேசிக்கலாம் சார், எத்தனை பேர் என்ன வண்டினு சொல்லுங்க, கிலோ மீட்டரா, நாள் வாடகையானு பேசிக்கலாம், ட்ரைவர் பேட்டா, டோல் இல்லாம சொல்றேன்".

"ஒரு எட்டு பேரு சார்".

"எட்டு பேருன்னா, இன்னோவா, டவேரா போதும், கம்பர்டபுளா வேணும்னா ட்ராவலர் எடுத்துக்கலாம்".

"இன்னோவாவே எடுத்துக்கலாம், ஆமா நீங்க ப்ரைவேட்டா யூஸ் பண்ணுறது எந்த கார்?"

"புரியல சார்"

"நீங்க உங்க பேமிலியோட போக யூஸ் பண்ணுறது என்ன கார், நாங்கூட கார் வாங்கலாம்னு இருக்கேன், அதான்".

"அது அதிகமா இன்னோவாதான் யூஸ் பண்ணுவேன் சார், நமக்குச் செட்டாகிட்டுச்சு"

"போன மாசம், 15ம் தேதி நைட்டு உங்க கார் எங்க போயிருந்துச்சு?"

"சார், நீங்க என்ன கேக்க வந்திங்க, இப்போ என்ன கேக்கறிங்க, கலெக்டர் ஆபிஸ்லதான் அண்ணன் வேலை பாக்கறாரு, வெங்கட்டுனு பேரு" சற்று தடுமாறினார் செந்தில்.

"நல்லா வேல பாக்கட்டும், நீங்க நான் கேட்டதுக்கு பதில் சொல்லலயே"

"அதை எதுக்கு சொல்லனும், நீங்க போலிஸ்னு எப்படி நம்பறது?"

தன் அடையாள அட்டையைக் காட்டினான் ஸ்டீபன்.

"ம்மா, நீ போயிட்டு சாயங்காலமா வா" அந்தப் பெண்ணைப் பார்த்துச் செந்தில் சொன்னார்.

தனக்கு கிடைத்த எதிர்பாராத சிறிய விடுமுறையின் மகிழ்ச்சி அந்தப் பெண்ணின் முகத்தில் தெரிய கிளம்பினாள்.

"சார், போன மாசம் பதினஞ்சாம் தேதி நாங்க பேமிலியோட என் மனைவியோட பெரியம்மா பையன் கல்யாணத்துக்கு தஞ்சாவூர் வரைக்கும் போயிருந்தோம்.

"பேமிலினா, யாரு யாரு?"

"நான், என்னோட மனைவி, பையன்"

"அவ்ளோதானா உங்க பேமிலி"

"பொண்ணு ஒருத்தி இருக்கா, அவ அன்னைக்கு கல்யாணத்துக்கு வரல"

"ஏன்?"

"அடுத்தநாள் எக்ஸாம்"

"ஓஹோ, நல்லா எழுதினாங்களா அந்த எக்ஸாம?"

"எதோ பரவால்லாம மார்க் வந்துச்சு" பதட்டம் அதிகரித்துக் கொண்டே இருந்தது செந்திலுக்கு.

"நீங்கக் கல்யாணம் முடிச்சு அடுத்தநாள்தான் வீட்டுக்கு வந்திங்களா?"

"ஆமா"

"உங்க கார ட்வைவர் கொண்டு வந்துட்டாரா?"

"ட்ரைவரெல்லாம் இல்ல, செல்ப் ட்ரைவ்தான்"

"அப்புறம் எதுக்கு நைட்டு ரெண்டு மணிக்கு புதுக்குடி டோல்ல கார்ல வந்திருக்கிங்க?"

"புரியல சார்"

ஸ்டீபன் நிதானமாய் தன் மொபைலை எடுத்து, ஒரு வீடியோவை ஓடவிட்டான்.

அதிலிருந்த சிசிடிவில் செந்திலின் கார் அந்த டோலை கடந்தது தேதி நேரத்துடன் பதிவாகியிருந்தது.

"இந்த கார ஓட்டிட்டு இருக்கறது நீங்கதானே?"

"சார், அது வந்து".

"ஸ்டேசன் போய்ப் பேசிக்கலாம் சார், நீங்களா வந்திட்டா யாருக்கும் எதுவும் தெரியாது. பொண்ணு விஷயங்கிறதால நான் இவ்ளோ இறங்கி போறேன், அத நீங்களும் மெயின்டென் பண்ண நினைச்சா என்கூட அமைதியா வாங்க, அப்புறம் அந்த கலெக்டர் ஆபிஸ்ல வேல செய்யற அண்ணன் இல்ல, அந்த கலெக்டரே வந்தாலும் ஒன்னும் பண்ண முடியாது இந்த விஷயத்துல" என எழுந்து நடக்க. எதுவும் பேசாமல் அமைதியாய் நடந்தார் செந்தில்.

கடந்த மாதத்தின் 15ம் தேதி.

அந்த வீட்டின் க்ரில் கதவு திறந்திருக்க, யாரும் தன்னைப் பார்க்கிறார்களா எனத் தெரிந்துகொண்டு சட்டென காம்பவுண்டுக்குள் நுழைந்து, நேராகச் சென்று மரக்கதவைத் திறந்தான் நிர்மல், கதவு திறந்துகொண்டது.

உள்ளே ஸ்வேதா உச்சகட்ட பரபரப்புடன் நின்றுகொண்டிருந்தாள்.

"யாரும் பாத்தாங்களாடா?"

"பாக்கலனுதான் நினைக்கறேன்"

"எதுல வந்த?"

"நடந்துதான்"

"சரி ஒரு நிமிசம்" என்றவள் வெளியே சென்று மெயின் கேட்டையும், உள்ளே வீட்டுக்கதவையும் தாழிட்டுப் பெருமூச்சு விட்டாள்.

அதுவரை அடங்கியிருந்தவன் அவளைக் கட்டியணைத்து முத்தமிட, காமம் தன் தேவைகளைப் படிப்படியாய் நிறைவேற்றத் தொடங்கியிருந்தது. ஒவ்வொரு படியிலும் நிதானமாய் நின்று, ஆராய்ந்து, கொடுத்து, எடுத்து அடுத்தடுத்த படிகளுக்குச் சென்றார்கள்.

படியேறி உச்சிக்குச் சென்று கொண்டிருந்த போதுதான், ஸ்வேதா ஏதோ வித்தியாசமாய் நடப்பதை உணர்ந்தாள்.

தன் மேல் படர்ந்திருந்த நிர்மலிடமிருந்து வினோத ஒலியும், அதைத் தொடர்ந்து வாயிலிருந்து எச்சிலும் ஒழுக, கண்கள் மேலேறி அவளின் ஒரு பக்கமாகச் சரிந்தான் நிர்மல்.

நொடிப்பொழுதில் காமம் அடங்கி, பயம் எழ, அவனை அழைத்தாள் "டேய் நிர்மல், என்னாச்சு, நிர்மல், விளையாடாதடா, டேய் ப்ளீஸ், நிர்மல்" அனிச்சையாய் அழுகை வந்தது ஸ்வேதாவுக்கு.

நிர்மல் அமைதியாய் இருந்தான், அசைவில்லை, வாயோரம் ஒழிகியிருந்த எச்சிலைத் துடைத்தாள். ஓடிச்சென்று தண்ணீர் எடுத்து வந்து அவன் முகத்தில் தெளித்தாள். கொஞ்சம் தண்ணீர் கொடுத்தாள் வாயில், அப்படியே வெளியே வந்தது. இதயத்தைக் குத்தி, வாயோடு

வாய் வைத்து, காற்றைக் கொடுத்து, தனக்கு தெரிந்ததையெல்லாம் செய்தாள் பலனில்லை. கதறி அழவேண்டுமென்ற உணர்வைத் தடுத்தாள். இந்தப் பிரச்சினைக்கான ஒரே தீர்வு அப்பா. அழைத்துவிட்டாள்.

"அழுதுகொண்டே, அப்பா தப்பு பண்ணிட்டேன், சீக்கிரம் கிளம்பி வாங்கப்பா" என்றாள்.

"மார்க் கம்மியானா பரவால்லாமா, நீ நல்லா தூங்கு" என்றார் தூக்கக் கலக்கத்தில் இருந்த செந்தில்.

"அய்யோ அப்பா" என நிலைமையை அழுதுகொண்டே விளக்க, முழுதும் புரியாவிட்டாலும், விபரீதத்தை உணர்ந்து, ட்ராவல்ஸ் வண்டியில் பிரச்சினை எனக்கூறி அந்தக் கல்யாண வீட்டிலிருந்து தன் காரில் கிளம்பி வீட்டுக்கு வந்தார்.

செந்தில் வீடு இருந்தது, அப்போதுதான் உருவாகிக்கொண்டிருந்த ஒரு நகர் என்பதால் ஆள் நடமாட்டம் பற்றியெல்லாம் பயமில்லை. அதை நம்பித்தான் நிர்மலை வரவழைத்திருந்தாள் ஸ்வேதா.

வீட்டுக்குள் வந்தவரிடம் "படிக்கலாம்னு வரச் சொன்னேன்பா" என்றவளை ஓங்கி அறைந்து, "இப்படி முண்டக்கட்டையாதான் படிப்பிங்களா, உன்ன அப்புறம் பேசிக்கறேன்" என்று மீண்டும் ஓங்கி அறைந்தார் ஸ்வேதாவை. அவள் அழுதுகொண்டே நிற்க, "அழுது எழவெடுக்காத சனியனே, அவன் ட்ரெஸ்ஸ எடுத்துத்தொல" என்றார். அவ்வளவு பதட்டத்திலும் இந்த வார்த்தைகள் சற்று மெலிதாகவே வந்தன.

நிர்மலின் உடைகளைக் கொடுத்தாள்.

"ஆமா, இந்த ...ளிய அலங்காரம் பண்ணி ஊர்வலம் கூட்டி போறேன், ஜட்டிய கொடுடி பைத்தியமே" என்றார். கோவம் பேச வைத்தது.

அவனுக்கு ஜட்டியை மாட்டிவிட்டவர், என்ன நினைத்தாரோ, ஸ்வேதாவை மீண்டும் ஒருமுறை அறைந்தார், "எம்பொழப்பப் பாரு" என்றாவாறே.

"சாரிப்பா"

"சாரியெல்லாம் எதுக்கு, நாளைக்கு குடும்பத்தோட ஜெயில்ல இருக்கப் போறோம், அப்போ பாத்துக்கலாம். ஊட்டி ஊட்டி வளத்தோமேடி, அதுதா அரிப்பு வந்து ஆடிட்டியா. உங்கம்மாவுக்கு தெரிஞ்சா உசுர விட்ருவாடி" என வெடித்தார். பல கெட்டவார்த்தைகளைத் தன் வாய்க்குள்ளே மென்று முழுங்கினார்.

சில நிமிடங்களுக்குப் பின் "யாரிவன்?" என்றார்.

"காலேஜ்ல, க்ளாஸ்மேட்"

"யாருகூட வந்தான்?"

"தனியா"

"நல்லா தெரியுமா"

"ம்ம்"

"இவ்ளோ திருட்டுத்தனம், ப்ளான் போட்டு, அப்பனாத்தாள அனுப்பி விட்டு, ச்சை த்தூ" என்றார் கோபம் அடங்கவில்லை.

"சரி இது முடிஞ்சு போச்சு, நான் இத என்னவாச்சும் பண்ணி தொலைக்கறேன், நீ நாளைக்கு காலேஜுக்குப் போய்ப் பரீச்சை எழுது, எதுவும் கெட்டது நடக்கலினா எல்லாரையும் கூட்டிட்டு மதியமா வரேன், யாருகிட்டயும் வாயத்தொறக்காத"

"சரி"

"இவன் மொபைல் வச்சிருந்தானா?"

"இல்ல, அவன்கிட்ட இல்ல"

"எந்த ஏரியா?"

தெருவைச் சொன்னாள்.

"போயும், போயும் இந்தப் பயலோட போய்" என அடிக்க வந்தவர் கட்டுப்படுத்திக் கொண்டார்.

"நம்பினோமேடி, பாப்பா, பாப்பானு" என்றார்.

காலில் விழுந்தாள். நகர்ந்துகொண்டார்.

காரை காம்பவுண்டுக்குள் நுழைத்து உடலை எடுத்துச்செல்வது சிரமமாக இல்லை. காட்டூரிலிருந்து வரும் வழியில் டி.நகருக்கு முன் எறும்பீஸ்வர் கோவில் வழியாக வந்து அதன் முடிவிலிருக்கும் சாக்கடையில் அந்த உடலை வீசிவிட்டுச் சென்றார். துணிகளைப் போகும் வழியில் ஒவ்வொன்றாய் எறிந்துவிட்டு சென்றார்.

இந்தச் சம்பவத்தைத் தன் பார்வையில் சொல்லி முடித்து விசும்பியவாறே "சொல்லுங்க சார், நான் என்ன செஞ்சிருக்கனும்?" என்றார் செந்தில்.

அறையில் பேன் ஓடும் சத்தம் பிரம்மாண்டமாய்க் கேட்க, இன்ஸ்பெக்டர், மணி, ஸ்டீபன் இதைக் கேட்டுக் கொண்டிருந்தனர்.

"சரி அந்த..." என ஏதோ சொல்ல வந்த மணியைக் கையமர்த்திவிட்டு, "புரியது செந்தில், நானும் ஒரு பொண்ண பெத்தவன். உன் நிலைமைல இருந்தா இதையேதான் செஞ்சிருப்பேன்" என்றுவிட்டு "நாலு டீ சொல்லு மணி" என்றார்.

வழக்கம்போல் மனதுக்குள் திட்டிவிட்டு, வெளியே டீக்காகக் குரல் கொடுத்தான்.

"செந்தில் இந்த கேசுல எங்களோட முயற்சினு எதுவுமே இல்ல, சொல்லப்போனா அந்த நவீன் அன்னைக்கு உங்க ஏரியால நிர்மல கொண்டு வந்து இறக்கி விட்டத சொல்லாம போயிருந்தா, இந்த கேஸ் வெறும் பைலா மட்டுமே இருந்திருக்கும், இது ஒரு விபத்து. தவிர்க்க முடியாத விபத்து, ம்ம்" என்றார்.

பேன் சத்தம்.

டீ வந்தது, டீ குடித்து முடித்தார்கள்.

"சரி ஒரு பொண்ணுக்காக அப்பா செஞ்ச தியாகம், இதுக்காக என்ன பண்ணலாம் மணி"

"சார்" என்றான்.

"நீ போய், ஒரு சால்வை வாங்கிட்டு வா, செந்திலுக்கு மரியாதை செஞ்சு அனுப்புவோம்"

"சார்"

"என்னய்யா சார், சார்ங்கிற, என்ன ஸ்டீபன் நீயாச்சும் போய் வாங்கிட்டு வா" என வெடித்து சிரித்துக்கொண்டே அவர்களைப் பார்க்க.

அவர்கள் புரியாமல் பார்க்க, செந்திலைப் பார்த்துச் சிரித்தார் இன்ஸ்பெக்டர், அவர் என்ன செய்வதென்று தெரியாமல் சேர்ந்து சிரிக்க.

சிரித்துக் கொண்டே "சிரிப்பு, கேனக்..." எனச் செந்திலின் கன்னத்தில் ஓங்கி அறைந்தார் இன்ஸ்பெக்டர், நிலை தடுமாறி சேரோடு விழ, "போலிஸ பாத்தா லூசுக்... மாதிரி தெரியுதாடா உனக்கு" எனச் செந்திலைப் பார்த்துக் கத்தினார் இன்ஸ்பெக்டர்.

"யோவ் போஸ்ட்மார்டம் ரிப்போர்ட் என்னய்யா?"

"கழுத்த நெறிச்சுக் கொலை சார்"

எழுந்து செந்திலின் முகத்திற்கு நேரே காலை ஓங்கி "எப்படி நீ தூக்கிப் போட்டுப் போனதும் அவனே கழுத்த நெறிச்சு கொன்னுகிட்டானா? எங்கள பாத்தா எப்படிடா தெரிது? ஒழுங்கா உன்னோட தியாகக் கதையெல்லாம் சொல்லாம நடந்தத சொல்லு" என்றார்.

"சார் சார்"

"யோவ் சொல்லுயா நேரமாச்சு"

"சார் கார்ல அவனபோட்டு போகும்போது கொஞ்சதூரத்துல அவன் முனகல் சத்தம் கேட்டுச்சு சார், அந்த நேரம் அவன காப்பாத்தனும்னு தோணல சார், ஒரு வெறி, எம்பொண்ண, அந்த ஜாதிக்காரப் பய தொட்டானேனு ஒரு கொலவெறி, அதான் காருக்குள்ளயே கழுத்த நெறிச்சுக் கொன்னுட்டேன் சார், ஒருவேள ஆஸ்பத்திரி கொண்டு போயிருந்தாலும் அவன் பொழைச்சிருப்பான தெரியாது சார், ஆனா என் மனசு ஆறிடுச்சு சார்"

"ஏன்டா செஞ்சது கேவலமான விஷயம், இதுல டாக்டர் மாதிரி ரிப்போர்டெல்லாம் சொல்லிட்டிருக்க, எங்க சுத்தினாலும் இந்த ஜாதி மயிருலதான்டா எல்லா எழவும் வந்து நிக்குது. இவ்ளோ வெச வேலைய செஞ்சுபுட்டு ஒன்னுந்தெரியாத மாதிரி பொண்ணுக்காகத்

தியாகம் பண்ணிட்டேன்னு கதை வேற. ச்சை, யோவ் ஸ்டீபனு இவங்கிட்ட ரிட்டன் ஸ்டேட்மென்ட்ட வாங்கிட்டு நெக்ஸ்டு ஸ்டெப்புக்கு ப்ரொசீட் பண்ணு"

"சார்" எனக் கெஞ்சினார் செந்தில்.

"இனிமே எதுனாலும் கோர்ட்டுல பேசிக்கப்பா" என்றுவிட்டு, "யோவ் மணி அடுத்த மாசம் சென்னை போக வைகை ட்ரெயினுக்கு டிக்கெட் போட்டு விட்ருயா" என்றவாறே தன் தொப்பியை மாட்டிக்கொண்டு நடந்தார் இன்ஸ்பெக்டர்.

இரண்டாம் முகம்

ஹெட்போனில் அதிகச் சத்தமாய் பாட்டுக் கேட்டுக்கொண்டிருந்த கதிருக்குத் தன் எதிரில் வந்த அம்மாவின் வாயசைப்பைப் பார்த்து அவள் கூறுவதைப் புரிந்துகொள்ளமுடிவில்லை.

ஹெட்போனைக் கழற்றினான்.

"அவர சினிமாவுக்குக் கூட்டிப்போடா" என்றாள் அம்மா.

அம்மாவை முறைப்பது போலப்பார்த்தான்.

"என்னடா மொறைக்கிற! தோசக்கரண்டிய காய வச்சு இழுத்து விட்ருவேன்" என்று நகர்ந்தாள்.

கதிர் கல்லூரியில் இரண்டாமாண்டு படிக்கிறான் என்பதைப்பற்றியெல்லாம் அம்மாவுக்குக் கவலையில்லை. மொபைலைப் படுக்கைமேல் எறிந்துவிட்டு ஹாலுக்கு வந்தான் கதிர். டெட்டாலும் மருந்துகளும் கலந்த நாற்றம் மூக்கில் ஏறியது. அந்த நாற்றத்தை மறைக்கத் தூவப்பட்ட பவுடரின் வாசம் மிக மெலிதாய் வீசிக்கொண்டிருந்தது.

நடமாட்டம் குறைந்த வயதானதொரு மனிதனின் மெல்லிய வீச்சமும் அதில் கலந்திருந்தது. சிங்காரம் படுத்தப் படுக்கையாவதற்கு முதல் நிலையிலிருந்தார். ஹாலின் நடுவிலிருந்த ஈஸிச் சேரில் கண்களை மூடியிருந்தார். எப்போதும் ஹாலின் ஓரத்திலிருக்கும் கட்டிலில்தான் படுத்திருப்பார். ஏதோ ஒரு பக்கம் புரண்டுகொண்டிருப்பார். தூக்கத்திலும், விழிப்பிலும் கண்கள் மூடித்தானிருக்கும். லேசான குறட்டைதான் அவரது தூக்கத்துக்கும் விழிப்புக்குமான வேறுபாடு.

தாத்தாவைப் பார்த்துப் பரிதாபத்திற்கு பதிலாகக் கோபமே வந்தது. புதிதாய்ப் பார்ப்பவர்களுக்குத்தான் பரிதாபமெல்லாம். கதிர் அதற்குள்ளேயே இருப்பதால் பரிதாபத்தைக் கடந்து வெறுப்பும், அலுப்புமே மிஞ்சியிருந்தது. கதிருக்கு நினைவுத் தெரிந்து சிங்காரம் அவனைத் தூக்கி கொஞ்சியதுகூட இல்லை. சாந்திப் பாட்டி

இறந்தபிறகு அவரது இறுக்கம் மேலும் கூடியது. பேசுவதுகூட குறைந்தது.

எப்போதாவது அவரது நண்பர்கள் வீட்டுக்கு வரும்போது "இந்த வீடும், பென்சன் பணமும் இல்லைன்னா, நாய்கூட என்ன சீண்டாது" என்பார். அப்போது தண்ணீர் குடிப்பதுபோல அம்மாவைப் பார்க்கப் போவான் பிரபு. அம்மாவின் கண்கள் கலங்கியிருக்கும். அடுப்படியிலிருப்பதால் கண் கலங்கியதற்குக் காரணம் சொல்ல வேண்டியதில்லை. அப்போதெல்லாம் பிரபுவுக்குத் தன் அப்பா மேல்தான் கோபம் வரும்.

அப்பா ஒரு தனியார் நிறுவனத்தில் சூப்பர்வைஸர். அவர் சம்பளம் சாப்பாட்டுக்கே சரியாய்ப் போய்விடும். கொடிபோலத் தாத்தாவைப் பற்றிக் கொண்டிருந்த அப்பாவை நினைத்தபோதெல்லாம் பரிதாபமும், கோபமும் வந்திடும்.

சிலநாட்களாகத் தாத்தாவைப் பார்த்துக்கொள்ள நிரந்தரமாக யாராவது வீட்டிலிருக்க வேண்டியிருந்தது. விஜி மாமாவின் பெண்ணுக்கு நிகழ்ச்சி வைத்தபோது அவசரங்களில் ஆள்மாற்றிப் பார்க்கும் சித்தப்பாகூட, ஏதோ காரணத்தால் வரமுடியாதெனக்கூறிவிட்டார். வேறுவழியின்றி அப்பா மட்டும் நிகழ்ச்சியில் தலைகாட்டிவிட்டு வந்தார்.

அன்றுகூட வீட்டில் சண்டை. "உங்க வீட்டு ஆளுங்களுக்கு நான் மனுசனா தெரியலையா, எல்லாரும் உன்னையே கேக்கறானுக" எனக் காரணமின்றிப் பொறிந்தார். அம்மா அழுதாள். அம்மாவை அப்பா திட்டியபோதே அப்பாவிடம் சண்டை போடவேண்டுமென்று தோன்றியது. அவருக்கு எதிராக மனதிற்குள் சத்தமாகப் பேசிக்கொண்டிருந்தான். ஆனால் அந்த வார்த்தைகள் வெளியே கேட்கவில்லை. ஏதோ ஒன்று தடுத்தது. அது பயம் என்பதை அவனது மனம் ஒத்துக்கொள்ளவில்லை. அன்றிரவு கதிர் தூங்கவில்லை.

அடுத்தநாள் காலை "அவரு லூசும்மா, உங்க வீட்டு பங்சன்ல உன்னையதானே கேப்பாங்க" என்று அம்மாவுக்காகத் தானிருப்பதைக் காட்ட நினைத்தான்.

"அகராதி பேசினா வாயக் கிழிச்சு உப்பு தடவிடுவேன்" என்ற அம்மாவைப் புரியாமல் பார்த்தான்.

இதைத்தான் அப்பா செய்திருக்கிறார். தாத்தாமேல் காட்ட இயலாத கோபத்தை அம்மாமேல் காட்டியிருக்கிறார். அதற்கு பிறகு அவர்கள் சண்டைகளைப் பெரிதுபடுத்துவதில்லை.

அப்பாவுக்கு ஞாயிறு விடுமுறை கிடையாது. சுழற்சி முறையில்தான் வார விடுமுறை கிடைக்கும். தாத்தாவை மாதத்தின் இரண்டாம் சனிக்கிழமை சினிமாவுக்கு அழைத்துப் போவதென்பது பழக்கமாகியிருந்தது. இதற்கும் அப்பாதான் காரணம்.

தாத்தாவை டாக்டரிடம் அழைத்துச் சென்றபோது ஆர்வக்கோளாறில் "அப்பாவ வெளில கூட்டிப் போலாமா?" என்றபோது "ஏங்க அவருக்கென்ன, ஒழுங்கா மெடிசன்ஸ் எடுத்துகிட்டா போதும், வாரம் ஒரு சினிமாவுக்குக்கூடப் போலாம்" என்றார். இதை டாக்டர் பேச்சுக்காகத்தான் சொல்லியிருப்பார். ஆனால் தாத்தா தன் மருத்தவ முறைகளில் அதையும் ஒன்றாகச் சேர்த்துக் கொண்டார்.

இயல்பிலேயே தாத்தாவுக்குச் சினிமா பிடிக்கும்தான், சனிக்கிழமைகளில் சினிமாவுக்கு செல்வதை வழக்கமாகவே வைத்திருந்தார், உடல்நிலை காரணமாக நிறுத்திவைக்கப்பட்டிருந்த பழக்கம் டாக்டரின் வழியாக மீண்டும் தொடங்கியது.

ஊருக்குச் செல்லவேண்டுமென்றால் அதற்காகப் புடவை, நகைகளைத் தயார்படுத்துவதைப் போல, சினிமாவுக்குப் போக தாத்தா தன்னைத் தயார் படுத்திக்கொள்வார்.

முதல்நாளே சலூன்கடைக்குச் சென்று முடிதிருத்தம் செய்து கொள்வார். அப்பாதான் அழைத்துச் செல்வார். சனிக்கிழமை காலை தாத்தா சிரமப்பட்டாவது குளித்துவிடுவார். அவர் கிளம்புவதுதே ஒரு சினிமா போலத்தான் இருக்கும்.

சனிக்கிழமை அப்பா எப்படியேனும் விடுப்பு எடுத்துவிடுவார். ஒரு ஆட்டோ பிடித்துத் தாத்தாவைச் சினிமாவுக்கு அழைத்துச் சென்று திரும்ப வருவார். இந்தவாரம் அப்பாவுக்கு விடுமுறையில்லை.

ஈஸிசேரில் கண்மூடி அமர்ந்திருந்தார் தாத்தா.

"தாத்தா போலாமா?" என்றான் கதிர்.

"ம்ம்! ஆட்டோ வந்துடுச்சா?" என்றார்.

கதிர் ஆட்டோவுக்கு போன் செய்தான். அம்மா கிச்சனிலிருந்து அழைத்தாள்.

"இந்தா" என இருநூறுரூவாயைக் கொடுத்து "நீ வச்சுக்கடா, கோவிச்சுக்காத எல்லாம் கொஞ்ச நாளைக்குத்தானே!" என்றாள்.

கொஞ்சநாளில் தாத்தா செத்துவிடுவாரென நம்பினாள் அம்மா.

காலைக்காட்சி என்பதால் அவ்வளவாகக் கூட்டமில்லை. தியேட்டரை அடைந்ததும் தாத்தா அவராகவே குச்சியை ஊன்றி ஆட்டோவிலிருந்து கீழே இறங்கினார். "ஒரு மணிக்கு வந்திடுங்கண்ணா" என்றான் ஆட்டோக்காரரிடம்.

போஸ்டரைப் பார்த்த தாத்தா, "இவன் நடிக்க வந்தப்போ யார்ரா இவனையெல்லாம் ஹீரோவாப் போட்டுப் படம் எடுத்தான்னு திட்டிட்டு இருந்தேன், இன்னிக்கு பெரிய ஆளாகிட்டான்" எனச் சொன்னார்.

தாத்தா இப்படிப் பேசிப் பார்த்ததில்லை என்பதால் புதிதாக இருந்தது. "ஆமா தாத்தா ஹாலிவுட்லகூட நடிச்சிருக்கான்" என்றான். "தெரியும்டா, நம்மூர்ல இருந்து ஹாலிவுட்ல நடிக்கிறதெல்லாம் ஒன்னும் புதுசில்ல, எல்லா பயலும் அங்க போயி ஜூனியர் ஆர்டிஸ்டா நடிச்சிடுவானுக, ஹாலிவுட்ல நடிச்சோம்னு ஒரு பெருமதான்" என்றார்.

கதிருக்கு மகிழ்ச்சியாகவும் ஆச்சர்யமாகவும் இருந்தது. "டிக்கெட் எடுத்துட்டு வரேன்" என நகர்ந்தான் கதிர்.

தியேட்டரில் அவர்களுக்கான இடத்தில் அமர்ந்தார்கள். "அப்போலாம் வாரவாரம் சனிக்கிழமை, நல்ல படமோ, உருப்படாத படமோ தியேட்டருக்கு வந்துடுவோம், நானும் என்னோட கொலிக்ஸூம்" தாத்தா வேறொருவாறாக மாறிப் பேசிக்கொண்டிருப்பதுபோலிருந்தது.

"ம்ம்"

"அந்தப் படத்தப் பத்திதான் அடுத்த ஒரு வாரம் பேச்சு"

"ஓஹோ"

"உனக்கு அதோட பீலிங்ஸே தெரியாது?"

"அப்டிலாம் இல்ல தாத்தா, இப்பவும் நாங்க படம் பாத்தா அதப்பத்தி டிஸ்கஸெல்லாம் பண்ணுவோம்"

"கிழிச்சிங்க, எல்லாரும் பக்கத்து பக்கத்துல இருந்தாக்கூட மொபைல நோண்டிட்டுதானே இருப்பிங்க, எங்கடா பேசறிங்க!"

கதிர் எரிச்சலடைந்தாலும், தாத்தாவோடு பேசுவது சுவாரஸ்யமாகத்தான் இருந்தது.

"ஒரு படம் வந்தா அதோட மொத சீன்ல இருந்து என்டு கார்டு வரைக்கும் என்னா ஏதுன்னு அலசி, பேசி.... ம்ம், சினிமான்னா சினிமா இல்லடா இது ஒரு ஆர்ட், ரசிக்கத் தெரிஞ்சவனுக்குதான் அது புரியும்"

"ம்ம், நம்ம வீட்டுல டிவிலயே பாக்கலாம்ல தாத்தா"

"டேய் குழந்தைக்கு வாய்ல சோத்த திணிக்கிற மாதிரிடா அது, எனக்குப் புடிச்சதோ புடிக்கலையோ நான் பாத்தாகனும் அத"

"அப்படி இல்ல தாத்தா, யூட்யூப், OTTல நமக்குப் புடிச்ச படத்த பாக்கலாம். தேவையில்லாதத பாக்கத் தேவையில்ல ஓட்டி ஓட்டிப் பாத்துக்கலாம்"

"அடப் போடா அப்படிப்பாத்தா நல்லாவா இருக்கும்! அதுக்குனு ஒரு நேரம் ஒதுக்கி, நல்லா இருக்கோ இல்லையோ முழுசாப்பாக்கனும். அவன் நல்லா எடுக்கலனு சொன்னா, நீ அத எப்படி நல்லா எடுத்திருப்பனு யோசிக்கனும். அதான் சொன்னனே சினிமாவ அனுப்பவிக்கனும். அத சினிமாவாப் பாத்தா மட்டும்தான் அனுபவிக்க முடியும், நீ சொல்லூற மாதிரி யூட்யூப், OTTனு அதுக்குள்ளயே இருந்தா போரடிச்சிடும். இது எல்லாமே ஒரு அனுபவம், சினிமாவ பாக்கறதவிட அத பாக்கப்போறோங்கிற நினைப்புல அப்டியே ஜாலியா..." எனும்போது விளக்குகள் அணைந்தது. படம் திரையிடப்பட்டது.

அதன் பின் தாத்தா பேசவில்லை. ஒரு சென்டிமென்ட் காட்சிக்குக் கண்களைத் துடைத்துக் கொண்டார். கதிருக்கு எல்லாமே விநோதமாக இருந்தது. இடைவேளை வந்தது. "பாப்கார்ன் வாங்கிட்டுவா" என்றார்.

"ஒன்னுக்கு வரலியா தாத்தா" என்றான்.

"இல்லப்பா" என்றார்.

பாப்கார்ன் வாங்கச் சென்றபோது மொபைல் அழைத்தது. அப்பா.

"என்னப்பா பண்ணுற?"

"பாப்கார்ன் வாங்க வந்தேன்"

"அவரு என்ன பண்ணுறாரு?"

"உள்ள இருக்காரு"

"பாத்து கவனம்"

"சரி"

தாத்தா தன்னிடம் இயல்பாகப் பேசியதைச் சொல்ல நினைத்தான். சொல்லவில்லை. பாப்கார்னை இரண்டு மட்டும் எடுத்துக் கொண்டார் தாத்தா. ஆசைக்காகக் கேட்டிருக்கிறார். மீண்டும் சினிமாவில் மூழ்கிப்போனார். எதுவும் பேசிக்கொள்ளவில்லை.

வெளியே வந்தபோது ஆட்டோ நின்றிருந்தது.

"தாத்தா படம் நல்லா இருந்துச்சா?" என்றான்.

"ம்ம்" என்றார் இறுக்கமாக.

"பாப்கார்ன் கேட்டிங்க, சாப்பிடல" என்றதற்கு மீண்டும் "ம்ம்" என்ற இறுக்கமான பதிலே வந்தது.

கதிருக்குப் புரிந்தது. தாத்தாவின் நிஜ முகம் இதுதான். தாத்தாவின் இரண்டாவது முகத்தைக் கொஞ்ச நேரம் காட்டியிருந்தார் அவ்வளவே. தாத்தா மட்டுமா, தாத்தாமேல் காட்ட இயலாத கோபத்தை அம்மாமேல் காட்டும் அப்பாவும், அப்பாமேல் காட்ட முடியாத கோபத்தைத் தன்மேல் காட்டும் அம்மாவும்கூட இரண்டு முகம் கொண்டிருக்கிறார்கள்.

ஏன்? கதிர்கூடத் தன் நண்பர்களோடு இருக்கும்போதும், ஜெனியோடு இருக்கும்போதும் காட்டும் முகங்கள் வேறுதானே. ஒரு

புள்ளியில் தாத்தாவின் இரண்டாம் முகமும் இயல்பாதனதே என முடிவெடுத்தான் கதிர்.

அன்றையநாளின் நிகழ்வுகளை அவன் யாரோடும் பகிர்ந்துகொள்ளவில்லை. அது தாத்தாவின் அந்தரங்கம் எனத்தோன்றியது. ஆனால் அந்த இரண்டாம் முகத்தை மீண்டும் காண வேண்டும் போலிருந்தது கதிருக்கு.

அதற்கு அடுத்தமுறை தாத்தாவைத் தானே சினிமாவிற்கு அழைத்துப்போக வேண்டும் என நினைத்திருந்தான்.

இதற்கெல்லாம் அவசியமின்றி சினிமாவிற்கு சென்று வந்த இரண்டாம்நாள் தாத்தா இறந்துபோயிருந்தார். அவரது இழப்பு கதிரைப் பாதிக்கத்தான் செய்தது.

அன்றைய சினிமா அனுபவம் அவரோடு நெருக்கத்தை ஏற்படுத்தியது. தன்னை நம்பித் தனது அந்தரங்கத்தை சொன்ன நண்பனின் மேல் வரும் நெருக்கம் தாத்தாவின் மேல் வந்திருந்தது.

அப்பாவும், சித்தப்பாவும் வாசலில் நின்று துக்கம் பகிர்ந்துகொண்டிருந்தார்கள். அம்மா ஒரு மூலையில் அழுதுகொண்டிருந்தாள்.

கதிரைப் பார்த்து "கடைசி கடைசினு அவர சினிமாவுக்கு கூட்டிட்டு போனியே கதிரு" என இவனைப் பார்த்துக் கைநீட்டி அழுதாள்.

கதிருக்கு என்னவோ தன் மேல் பழிபோடுவதுபோலிருந்தது. அப்படியே அவளது அழுகை அடங்கியது. விசும்பிக் கொண்டிருந்த அம்மாவைப் பார்த்தான். அன்று அம்மா "எல்லாம் கொஞ்சநாளைக்குதானே" என்றது நினைவில் வந்தது. இப்போது அழுவதுகூட அம்மாவின் வேறொரு முகமோ எனத்தோன்றியது கதிருக்கு.

யாருக்கு எப்படியோ அம்மாவிற்கு இது ஒருவகை விடுதலைதான். மீண்டும் அம்மாவைப் பார்த்தான். அந்தத் துக்கத்திலும் அவளது முகத்தில் கொஞ்சம் நிம்மதி தெரிவதுபோல இருந்தது.

சிலை

சேகர் கடைக்குப் பூட்டுப் போட்டுவிட்டுத் திரும்பியபோது பக்கத்துக் கடை இஸ்மாயில் பாய் "என்னப்பா வரியா இல்ல பையன் வாரானா?" என்று வண்டியை முறுக்க "நீ கிளம்பு பாய் சங்கர் வந்துடுவான்" எனும்போதே அங்கே வண்டியின் வெளிச்சமும் அதைத் தொடர்ந்து சங்கரின் வண்டியும் வர "உனக்கு நூறு வயசுடா!" என்றார் தன் மகனைப்பார்த்து.

சங்கரைப்பார்த்துப் புன்னகைத்த இஸ்மாயில் பாய் "சரி மகனும் அப்பனும் வாங்க நான் கிளம்பறேன்" என்றுவிட்டு வண்டியை முறுக்கிக்கொண்டு நகர அவரோடே அந்த அத்தர் வாசமும் சென்றது.

"ஏன்டா மாமாவுக்கு ஒரு வணக்கம்கூட சொல்லமாட்டியா!?" என்ற அப்பாவிடம் "நாளைக்கு பஸ் பீஸ் கட்டலனா பஸ்ல ஏறக்கூடாதுனு டிரைவர் சொல்லிட்டாரு" என்றான் விரக்தியாய். "முதல்ல நீ செய்ய வேண்டியதை செய்!" என்றது அந்தப் பதில்.

"நாளைக்குக் கண்டிப்பா அந்தப் புத்தர் சிலை வித்துரும்டா, காசு கைல வந்தவுடனே நான் பணத்தைக் கொண்டு வந்துக் கட்டிடுவேன்"

"பச்" என்றான் சங்கர்.

மகனால் உதாசீனப்படுவதை நினைத்துக் கோவமும், இயலாமையும் ஒன்றாய் வந்தன. ஆனாலும் அங்கே ஒரு சண்டையை விரும்பாத சேகர் "சரி வேண்டிய எடு வீட்டுக்குப் போலாம்" என்று தன் வேட்டியை மடித்துக்கொண்டு வண்டியில் அமர்ந்தார். மதுரை முனியாண்டி விலாஸைக் கடந்தபோது "பரோட்டா வாங்கிக்கறியா?" என்றார்.

"ம்க்கும்" என்று பதில் வர "ஏன் வாயில என்னத்த வச்சிருக்க, வேணாம்னு சொல்ல முடியாதா?"

அவன் சொன்னது நல்லவேளையாகச் சேகரின் காதில் விழவில்லை, என்னவென்று கேட்டபோது "ஒண்ணுமில்ல" என்றான்.

இப்படியான இறுக்கத்தோடே தந்தையும் மகனும் அந்தப் பயணத்தை முடித்து வீடடைந்தனர்.

சேகரின் பூட்டிய கடைக்குள் சலசலப்பு ஏற்பட்டது. அதுவரை சிலையாக இருந்தவையெல்லாம் உயிர்பெற்றன. கை, கால்களைச் சொடுக்கிக்கொண்டு ஒவ்வொன்றும் நகரத்தொடங்கின. எட்டுமணி நேர வேலை முடித்துத் தொழிற்சாலையை விட்டு வெளியே வருபவரின் அலுப்பு அவைகளில் தெரிந்தது.

அங்கே பெரும்பாலும் கடவுள்களின் சிலைகள் இருந்தன பெயருக்கு ஒண்டிரண்டு தலைவர்களின் சிலைகளிருந்தன. அவர்கள் தங்களுக்குள் பேசிக்கொண்டே உயிர்பெற்ற கடவுள் சிலைகளைத் தெரியாமல்கூட தொட்டுவிடக் கூடாது என்பதுபோல நகர்ந்து சென்று கொண்டிருந்தனர்.

“பாத்திங்களா ஜீசஸ் நம்மள கொஞ்சமாச்சும் கண்டுக்கறானுகளா?”

“மெல்ல பேசுங்க முருகா சத்தம் கேட்டுத் திட்டப்போறாங்க” என்று கழுத்தைத் தடவிக்கொண்டார்.

“என்னாச்சு? என்றார் முருகன்.

“நான் எத்தனையோ போஸ் கொடுத்து இருக்கேன். ஆனா இந்த ஆட்டத் தோள்ல வச்சிருக்க மாதிரி சிலைய செஞ்சு விட்டு, சரியான கழுத்து வலி. உங்கள மாதிரி சும்மா நின்னுட்டு இருந்தா எந்தப் பிரச்சினையும் இல்லல்ல” எனச் சலித்துக்கொண்டார் ஏசு.

“ஜீசஸ், நான் சும்மா நிக்கறனா! நீங்க பிரீஹேர் விட்டுக் காத்தோட்டமா இருக்கீங்க. நான் அப்படியா? மண்டைல பாருங்க எவ்ளோ பெரிய கிரீடம். அது போக, இந்த வேலை வேற புடிச்சுட்டு நிக்கணும், கை ஒரு சைடு முழுசும் வலிக்குது” என்று வேலை தரையில் வைத்துவிட்டு, வலது கையை உதறிக்கொண்டார்.

“ஏன்பா இங்க பேசிட்டு இருக்கோம்ல கொஞ்சம் மெல்லத்தான் பேசுங்களேன்” என்று குரல் வர, “மெல்லத்தான் பேசிட்டு இருக்கோம்” என்றார் முருகன்.

“ஆமா, இவங்க ஏன் நம்மள கும்பிடுறது இல்ல?” என்றார் ஜீசஸ்.

“நாம ஒன்னும் கிழிக்கமாட்டோம்ன்னு ஒரு நினைப்பு, அதுமில்லாம நம்ம பேர வச்சு நடக்கற அநியாயம் கொஞ்சமா? அதான்

சொல்லிச் சொல்லிப் பாத்தாங்க, ஒரு ஸ்டேஜ்ல நாமளே இல்லனு சொல்லிச் சோழிய முடிச்சுட்டாங்க, ஒருவகைல அதுவும் நல்லதுதான், நம்ம பேர சொல்லிக் கொலை பண்றவனுகளவிட இவங்க எவ்வளவோ மேல்"

"ஓஹோ உங்கள இல்லன்னே சொல்லிட்டாங்களா?" என்றார் நக்கலாய்.

"அப்டி இல்ல ஜீசஸ், நான் இருக்கேன்னு சொல்றவன் நீங்க இல்லனு சொன்னான், நீங்க இருக்கீங்கன்னு சொன்னவன் நான் இல்லனு சொன்னான், இது மாதிரி அல்ல இருக்காரு சொல்றவன் நாம ரெண்டுபேரும் இல்லனு சொன்னான், அவங்க எல்லாருக்கும் பொதுவா யாருமே இல்லனு சொல்லிட்டாங்க"

"சரி அவங்களவிடுங்க, நேத்து புதுசா வந்தாரே ஒரு புத்தர் அவரை எங்க காணல"

"அத ஏன் கேக்கறீங்க எப்போ பாத்தாலும் சோகமாவே இருக்காரு, நான்கூட போய் என்னனு கேட்டேன், புத்தர் மாதிரி சிரிச்சுட்டுப் போய்ட்டாரு'

"மாதிரியா?"

"சரி சிரிச்சுட்டு போய்ட்டார்"

"என்னவா இருக்கும்?

"கேப்போமா?

"வாங்க போவோம் நமக்கு இப்போ என்னதான் வேல! எங்க அவரைக் காணோம்?" என முருகன் தேட "அந்த மூலைல நிக்கிறாப்ள பாருங்க" என்றார் ஜீசஸ்.

சில அடிகள் இருவரும் எடுத்து வைக்க "ஏங்க அந்தக் குச்சியை எடுத்துட்டு போங்க யாரு கால்லயாச்சும் இடரப்போகுது" எனக் குரல் வர, முருகன் குனிந்து தன் வேலை எடுத்துக்கொண்டார்.

பாதியில் புதிதாகப் பள்ளியில் சேர்ந்த ஒருவன் போல் சுவர் பார்த்து நின்றிருந்தார் புத்தர். முதுகுகூட சோகமாய் இருந்தது.

“வணக்கம் புத்தரே” என்றார் முருகன். எதோ சிந்தனையில் இருந்த புத்தர் திடுக்கிட்டுத் திரும்பினார்.

“வணக்கம்” என்றார்.

“என்னாச்சு புத்தரே, புது இடம்னு ஒரு மாதிரி இருக்கீங்களா?

“அப்படியெல்லாம் இல்லை”

“பின்னச் சம்மணம் போட்டே உக்காந்து இருக்கிறதால முட்டி வலியா?

குனிந்து தன் முழங்காலைப் பார்த்தார். “என்ன புத்தரே கீழ உங்க பர்ஸ் கிடக்குனு சொன்ன மாதிரி புதுசா பாக்கறிங்க?”

புத்தர் சிரித்தார்.

“நல்ல சிரிக்கறீங்க, அப்டியே பேசினா டைம் பாஸ் ஆகும்ல”

சில நொடிகள் கண்கள் மூடினார் புத்தர். பின்னர் தன் குரலைச் செருமிக்கொண்டு “மனுசங்க ரொம்ப சுயநலவாதிகள்” என்றார்.

ஜீசசும், முருகனும் ஒருவரை ஒருவர் பார்த்துக்கொண்டனர்.

“என்னாச்சு புத்தரே உங்கள வச்சுக் காசு பாக்கறாங்களா?”

“அதெல்லாம் பல வருசமா செஞ்சிட்டு இருக்காங்க, வயித்துப் பொழப்புக்காகச் செய்றங்கனு விட்டுட்டேன்”

“அப்புறம், வேற என்ன புதுசா?

“நானே நேரடியாகப் பாதிக்கப்பட்டேன்”

“என்னது சினிமா வசனம் மாதிரி இருக்கு” எனச் சிரித்தார் முருகன்.

“முருகா சும்மா இருங்க” என அதட்டினார் ஜீசஸ்.

“இதுக்குத்தான் யார்கிட்டயும் பேசல” எனச் சோகமாய் சொன்னார் புத்தர்.

"கோவிச்சுக்காதீங்க புத்தரே உங்கள சிரிக்க வைக்கலாம்னு சொன்னேன்" என்றார் முருகன்.

"அடச்சீ போ அந்தப் பக்கம்" என்று ஜீசஸ் கத்த, மற்ற இருவரும் ஜீசஸை பார்க்க அவரது அங்கியை மென்றுகொண்டிருந்தது ஆடு.

"திட்டாதீங்க" என்ற புத்தர் ஆட்டைத் தூக்கி வைத்துத் தலையில் வருடிக்கொடுத்தார்.

"புத்தரே, நாள் முழுசும் குழந்தைய பத்துக்கற அம்மாவுக்குத்தான் தெரியும் குழந்தையை வளர்க்கறதுல இருக்கிற கஷ்டமெல்லாம், வேடிக்கை பாக்க வரவங்களுக்குக் குழந்தையோட அழகு மட்டும்தான் தெரியும்" என்றார் எரிச்சலோடு.

"இப்போ எதுக்கு ஜீசஸ் இதெல்லாம்?"

"அப்படியில்ல முருகா, நான் என்னவோ இரக்கமில்லாதவன் மாதிரி தெரியுதுல்ல"

"ஏங்க ஜீசஸ் அவரும் நம்மள மாதிரிதானே?" என்று புத்தரின் முகத்தைபார்க்க, அவர் எதையும் கண்டுகொள்ளாமல் ஆட்டைக் கொஞ்சுவதிலேயே இருந்தார்.

கொஞ்ச நேரத்தில் அவரே ஆட்டை இறக்கிவிட்டு "மனுஷங்களை விட இதுங்கயெல்லாம் எவ்வளவோ மேல்" என்று சிரித்தார்.

"அதான் புத்தரே, எதோ சொல்ல வந்திங்க" என்று முருகர் நினைவூட்டினார்.

"ம்ம், கொஞ்சநாளைக்கு முன்ன என்னை ஒரு வீட்டுல வாங்கிட்டு போனாங்க"

"வாங்கிட்டு போனாங்களா, இதுக்கு முன்னாடி நான் உங்கள இங்க பாத்ததே இல்லையே?"

"இங்க இருந்து இல்ல வேற இடத்துல இருந்து"

"வேற இடத்துல இருந்து வாங்கினாங்களா, அப்புறம் எப்படி இங்க வந்திங்க?" என்றார் முருகன்.

“அவரை முழுசா சொல்ல விடுங்க முருகா” என்றர் ஜீசஸ்.

ஜீசசுக்கு ஆமோதிப்பாய்த் தலை அசைத்துவிட்டு மேலும் சொல்லத் தொடங்கினார் புத்தர். “என்னை அந்த வீட்டு பெட்ரூம்ல கொண்டுபோய் வச்சாங்க”

“ஓஹோ” என்றார் முருகன்.

“நானும் எப்பவும்போல என்பாட்டுக்கு உக்காந்துட்டேன். வாங்கி வச்சதோட சரி, பேருக்குக் கூட என்கிட்டே எந்தப் பேச்சும் இல்ல. இப்போல்லாம் என்ன வாங்கி வச்சுக்கறது பேஷன் போல”

“ஆமா நான்கூட பாத்து இருக்கேன், உங்க சிலைதான் இங்க அதிகமா வித்துப்போகுது, ஜீசஸ்கூட ஒருநாள் புலம்பிட்டு இருந்தார்”

ஜீசஸ் முருகனை முறைத்தார்.

“இல்ல ஜீசஸ், புத்தர் சிலை மட்டும் சீக்கிரமா வித்துப்போகுது, அதனால நம்ம அவங்களோட பழக முடியறது இல்லனு வருத்தப்பட்டிங்களே”

“இப்போ அது ரொம்ப முக்கியமா? நீங்கச் சொல்லுங்க புத்தரே” என்றார் ஜீசஸ்.

“அந்த வீட்டு பொண்ணு துணி தச்சு கொடுக்கறவங்க”

“சரி”

“ஒருநாள் அந்த வீட்டுக்கு இன்னொரு பொண்ணு வந்தாங்க தைக்க கொடுத்த துணிய வாங்க”

“ம்ம்”

“அந்தப் பொண்ணு வக்கீலாம்”

ஜீசஸ் தலையைச் சொரிந்துகொண்டார்.

“இருங்க பொறுமையா சொல்லுவார், நமக்கு இன்னும் நேரம் இருக்குல்ல” என்று ஜீசஸைப் பார்த்து முருகன் நக்கலாய்ச் சொல்ல.

“இல்ல, இத எப்படி சொல்லுறதுனு தெரியல, இதுகூட ஒரு மாதிரி பின்னாடி பேசுறதுதானே”

“அப்படி நெனைக்காதிங்க புத்தரே, நமக்கும் மனசுன்னு ஒன்னு இருக்குல்ல, நீங்கச் சொன்ன உடனே நான் என்ன வேலை எடுத்துட்டு போய்க் குத்தவா போறேன், எதோ உங்க மன பாரத்த இறக்கி வைக்கறீங்க, அந்த வக்கீல் பொண்ணு வந்துச்சு, அப்புறம்” எனப் புத்தரைத் தொடரச்சொன்னார் முருகன்.

“அந்தப் பொண்ணு தைக்க கொடுத்த சுடிதார வாங்க வந்துச்சு, அதுக்கு அந்த வீட்டு பொண்ணு, வேணுமின்னா சுடிதார அந்த ரூம்ல போய்ப் போட்டுப் பாருங்க, சரியா இல்லனா இப்போவே சரி பண்ணிடலாம்னு சொல்ல, அந்த வக்கீல் பொண்ணு நான் இருந்த பெட் ரூமுக்கு வந்துச்சு”

“அய்யய்யோ என்ன சொல்றிங்க புத்தரே”

“அட சும்மா இருப்பா” என்று அதட்டினார் புத்தர்.

“அவரையே கோவப்பட வச்சிட்டானே” என்று மனதுக்குள் சொன்னார் ஜீசஸ்.

“ரூமுக்குள்ள வந்த பொண்ணு ட்ரெஸ்ஸை கழட்டப்போச்சு, அப்போதான் அந்தப் பெட்டு மேல இருந்த *hand bag*-அ பாத்துச்சு. அது தொறந்து கிடைக்க, அதுக்குள்ள இருந்த பர்ஸ்சும் தொறந்து கிடந்துச்சு, ஒரு வினாடில அந்தப் பொண்ணு மனசு மாறிடுச்சு. கதவை நல்லா தாழ் போட்டிருக்கானு பாத்துட்டு வந்து, அந்தப் பையில இருந்த காச எடுத்துச்சு. அது போக உள்ள நல்லா தேடிப்பாத்து பர்ஸுக்குள்ள இருந்த இன்னும் கொஞ்சம் பணத்தையும் எடுத்துட்டு அவசர அவசரமா வெளில போச்சு. வெளில போயி அவங்ககிட்ட கொஞ்சம்கூட உறுத்தல் இல்லாம பேசுது. அதுபோக தச்ச சுடிதாருக்கு ஐம்பது ரூபா கம்மியா கொடுத்துப் போயிடுச்சி” என்று பெருமூச்சு விட்டார் புத்தர்.

“அடடா உங்க கண்ணு முன்ன இப்படியொரு அநியாயம் நடந்தும் உங்களால ஒன்னும் செய்ய முடிலயேன்னு வருத்தமா? பரவால்ல விடுங்க, என்னப் பாக்க வர்றவங்க குழந்தைகளே காணாம போய் இருக்கு. என்னால ஒன்னும் பண்ண முடியல. இதுக்கெல்லாம் நாம ஒன்னும் பண்ண முடியாது புத்தரே” என்று சமாதானம் சொன்னார் முருகன்.

“இன்னும் சொல்லி முடிக்கல முருகா” என்றுவிட்டு மீண்டும் தொடர்ந்தார் புத்தர் “அந்த வீட்டுப்பொண்ணுக்கு பணம் காணாம போனதே, அதுக்கு அடுத்த நாள்தான் தெரிஞ்சது, அத பாத்ததும் பாவம் அந்தப் பொண்ணு ரொம்ப கலங்கிப்போச்சு, ஏற்கனவே அந்தப் பொண்ணு வீட்டுல துணி தைக்கறது அந்தப் பொண்ணோட புருஷனுக்குப் பிடிக்காது, இப்போ இப்படி ஒன்னு நடந்துடுச்சுன்னு சொன்னா என்ன ஆகுமோன்னு பயம்”

“இது ரொம்ப கொடுமையாச்சே, துயரத்தைவிட அதை யார்கிட்டயும் சொல்ல முடியாதுங்கறதுதானே பெருந்துயரம்” என்றார் முருகன். மற்ற இருவரும் ஆமோதிப்பாய் தலை அசைத்தனர்.

“என் முன்னாடி வந்துச்சு அந்தப் பொண்ணு, ‘அதெல்லாம் நான் தச்சத்துல வந்து கஷ்டப்பட்டு சேத்த காசுப்பா, அத போய்த் திருடிவிட்டு போய்ட்டாளே’ன்னு கண்ணு கலங்குச்சு. அப்பறம் ‘அதுல இருந்த ஏழு 20 ரூவா நோட்டு எங்க அம்மாயி சாகுறதுக்கு முன்னாடி கொடுத்தது அதைக்கூட திருடிட்டு போட்டாளே’ன்னு சொல்லும்போது எனக்கே ஒரு மாதிரி ஆகிடுச்சு”

“பாவம் அந்தப் பொண்ணு. ஆனா புத்தரே இந்தக் காலத்துல வீட்டுக்குள்ள விட்டு, காசையும் திருடுற மாதிரி வச்சது அந்தப் பொண்ணோட தப்புதானே”

“சக மனுசன நம்புறதெல்லாம் தப்புனு அந்தப் பொண்ணுக்குத் தெரியல பாவம்” என்றார் ஜீசஸ்.

“அப்படி நம்பித்தானே உங்கள ஒருத்தன் காட்டிக்கொடுத்தான், சரி உங்க கதைக்கு வாங்க” என்று வேகமாகப் புத்தர் பக்கம் திரும்பிக்கொண்டார் முருகன்.

ஜீசஸ் தடுமாறி நிற்க “அடுத்த நாள் அந்தப் பொண்ணு அவளோட புருஷன்கிட்ட சொல்லுது “ஏங்க புத்தர் சிலையை வீட்டுக்குள்ள வச்சா ஆகாதுன்னு சொல்றாங்க”

“யாரு?”

“ரேவதி அத்தை”

“அதெல்லம் சொல்லுவாங்க அவங்களுக்கு நாம பெருமாளை கும்பிடலன்னு கோவம், இதெல்லாம் ஒரு மாதிரி பாலிடிக்ஸ் உனக்குச் சொன்ன புரியாது”

“இல்லைங்க இந்தச் சிலை வந்த பிறகுதானே உங்க பைக் ஆக்சிடென்ட் ஆச்சு”

“ஏய், அது முன்னாடி போனவன் இண்டிகேட்டர் போடாம திரும்பினான் அதனால ஆச்சு. சும்மா பொலம்பிட்டு இருக்காத”னு சொல்லிட்டு அவன் கிளம்பிப் போயிட்டான்”

“அதுக்கடுத்து ரெண்டு நாள் கழிச்சு மறுபடி அதே மாதிரி சண்டை இந்த டைம் ‘ஐயோ சாமி தெரியாம இந்தச் சிலையை வாங்கிட்டேன், இதனால நமக்குள்ள சண்டை வேண்டாம், இப்போவே எடு எங்கேயாச்சும் போட்டுப் போறேன்’னு அந்தப் புருஷன் என் சிலையைக் கேக்கறான், நீங்கக் கோவப்பட்டலும் பரவால்ல நம்ம நல்லதுக்குதான் சொல்றேன்னு சொல்லி என்ன எடுத்து அவன் கையில, கொடுத்துச்சு அந்தப் பொண்ணு”

“அட கொடுமையே, இந்தப் பொண்ணுகளைப் பாத்திங்களா, தப்பு நடந்தத சொல்றதுக்கு புருஷன் மேல பயம்ன்னு சொல்லுறது. அதுவே அவங்களுக்கு ஒன்னு நடக்கணும்னா எவ்ளோ ரிஸ்க் வேணும்னாலும் எடுக்கறது. இது தெரியாம, துயரம் உயரம்னு தத்துவமெல்லாம் சொல்லிட்டு இருந்தேன்” என்று சலித்துக்கொண்டார் முருகன்.

“அப்போ இதுதான் அந்த ‘நானே நேரடியாகப் பாதிக்கப்பட்டேனு’க்கு காரணமா என்றார் ஜீசஸ்”

“இதுவும் காரணம், நம்பி வீட்டுக்குள்ள விட்டவங்க திருடுறது, அத புருஷன்கிட்ட சொல்லமுடியாம இருக்கறது, ஒருவேளை மாட்டினாலும் நாம நம்மள ஏதும் செய்ய முடியாதுன்னு நினைக்க வச்ச படிப்பு”

“இல்ல புத்தரே இதுல படிப்புக்குச் சம்பந்தம் இல்ல, இப்படியொரு தனி மனுஷனோட தப்ப பொதுவான ஒண்ணுக்குக் கீழ சொல்லி, அந்தத் தப்போட வீரியத்தைக் குறைச்சிடக் கூடாது”

இருவரும் ஜீசஸைப் பார்க்க “ஒருத்தன் திருடினாலோ, கொலை செஞ்சாலோ அதுக்கு முழு பொறுப்பு அவன் மட்டும்தான், அந்தக் கட்சிக்கார பிரமுகர் கொலை செஞ்சார், இந்த ஜாதிக்காரன் திருடினான், அவனோட ரசிகன் பொண்ணுகளைக் கிண்டல் பண்ணுனான்னு சொல்லும்போது, அந்தப் பிரச்சினைய மறந்து அது கட்சி

சண்டையாவோ, ஜாதி சண்டையாவோ மாறிடுது, பேசப்பட வேண்டியது மறக்கடிக்கப்படுது''

"ஆமா ஜீசஸ் இத வச்சுதான் பலபேர் பொழப்பு ஓடிகிட்டு இருக்கு'' என்றார் முருகன்.

புத்தர் எதுவும் பேசவில்லை, அவர் தேடிய ஆறுதல் அங்கே கிடைக்கவில்லை.

புத்தருக்கு அங்கே தேவைப்பட்டது நியாயங்கள் இல்லை, அவர் புலம்பல்களை ஆமோதிக்கும் ஒரு தலையாட்டல், அது அங்கே கிடைக்காததால் அமைதியாக நின்றார்.

"கோவிச்சுக்காதீங்க புத்தரே, எங்க நாம பேசறது தப்பா ஆகிடுமோன்னுதான் அப்படி சொன்னேன்'' என்று கனிவாகச் சொன்னார் ஜீசஸ்.

"சரி புத்தரே இங்க எப்படி வந்திங்க?'' என்றார் முருகன்.

"அந்தப் புருஷன் ஒரு கோவில் முன்னாடி இருந்த மரத்துக்குக் கீழ வச்சுட்டு போய்ட்டான், அங்க இருந்து ஒரு பழைய பேப்பர்காரன்கிட்ட போனேன், அவன், நான் கொஞ்சம் புதுசா இருக்கிறதால இங்க வந்து கொடுத்துட்டான், இந்தச் சேகர் கொஞ்சம் பெயிண்ட் அடிச்சு வெச்சிருக்கான் என்ன'' என்று தன் அங்கியை விரித்துக் காட்டினார்.

"சரி விடுங்க இனிமே போகப்போற இடம் நல்லதாவே இருக்கும் என்றார் முருகன். ஜீசசும் தலையசைத்தார். கதவு திறக்கப்படும் ஓசை கேட்க அனைத்தும் அவையவை இடங்களுக்குச் சென்றன. முன்பு இருந்த நிலையில் மீண்டும் இருந்துகொண்டன.

சேகர் கடைக்குள் நுழைந்து ஓரமாய் கிடந்த விளக்கமாரைக் கொண்டு தரையை கூட்ட தொடங்கினார். முடித்தபின் அங்கே சுவரில் மாட்டி இருந்த தன் அப்பாவின் புகைப்படத்தில் தொங்கிக்கொண்டிருந்த காய்ந்த பூச்சரத்தை எடுத்துவிட்டு புதிய பூச்சரத்தை அணிவித்தார். சில நொடிகள் கண் மூடினார்.

பின்பு படத்துக்குப் பின்னே இருந்த ஊதுவத்தி பெட்டியையும், தீப்பெட்டியையும் எடுத்து படத்துக்கு ஊதுவத்தி கட்டிவிட்டு, அதை அந்தப் படச் சட்டத்திலேயே சொருகிவிட்டு, மீண்டும் அவைகளை அதன் இடத்திலேயே வைத்துவிட்டு, தனக்காகப் போடப்பட்டிருந்த மேசைக்குக் கீழே இருந்த துணியை எடுத்து சிலைகளைத் துடைத்தார்.

சில நிமிடங்களில் தனது சீட்டில் வந்து அமர்ந்து ஒரு பெருமூச்சு விட்டபோது, இஸ்மாயில் பாய் சேகருக்கு வணக்கம் சொல்லிக்கொண்டே கடையைக் கடந்து போனார். ஒருவேளை அந்தப் புத்தர் சிலையை வாங்க கஸ்டமர் வரவில்லையென்றால், பாயிடம்தான் பணம் வாங்க வேண்டும். இப்போதே சொல்லிவிடலாமென எழுந்தபோது அந்தப் பெண் கடைக்குள் வந்தாள்.

“அந்தப் புத்தா சிலை…” என இழுத்தாள்.

“வாங்க மேடம் உக்காருங்க” எனத் தனக்கு எதிரில் இருந்த நாற்காலியைக் காட்ட, “சிலை எங்க இருக்கு?” என்றாள். “வாங்க மேடம்” என உள்ளே அழைத்துச் சென்றார் சேகர். சிலையைக் காட்டினார். “ரொம்ப சின்ன சைஸில் இருக்கே, போட்டோஸ்ல பெருசா இருந்துச்சு”

“இல்ல மேடம் இப்போல்லாம் இந்தச் சைஸ் தான் நல்லா போகுது, வீட்டுலயும் இடத்தை அடைக்காது, உங்க உள்ளங்கை அளவுதான்” என்றர்.

“இருந்தாலும் கொஞ்சம் பெருசா இருக்கும்னு பாத்தேன், சரி ஓகே பைனல் ரேட் என்ன?”

“முன்ன சொன்னதுதான் மேடம்?”

“இந்தச் சிலைக்கு 6000 ஜாஸ்திங்க. ஆன்லைன்ல 200 ரூபாய்க்கே இந்த மாதிரி இருக்கு”

“குவாலிட்டி இருக்குல்ல, தொட்டு பாருங்க, அம்பது வருஷமானாலும் அப்படியே இருக்கும், ஆன்லைன்ல வாங்குறதெல்லாம் ரெண்டு மாசம் தாங்காது”

“சரி, 3500 பைனல் பண்ணிக்கலாம்”

“ஆகாது மேடம், 5500 அதுக்கு கீழன்னா பேசவே வேண்டாம்”

அவள் எதுவும் பேசவில்லை, “வாரண்ட்டி இருக்கா?”

“2 வருஷம் இருக்கு, கீழ போட்டு உடைக்காம இருந்தா”

“சரி பேக் பண்ணுங்க” என்றாள்.

சேகர் உள்ளே சென்று புத்தர் சிலையை எடுத்து “எதுல வந்திங்க?” என்றார்.

“பைக்ல”

“சரிம்மா” என்றுவிட்டு தெர்மாகோல்கள் வைத்து பாதுகாப்பாகப் புத்தர் சிலையை உள்ளே வைத்து, அட்டை பெட்டியை ஒட்டிக் கொடுத்தார் சேகர்.

வாங்கிக்கொண்டவள், சேகர் கையில் பணம் கொடுத்தாள்.

சேகர் எண்ணிவிட்டு “சரிம்மா” என்றார். அவள் கிளம்பிச்செல்ல, பஸ் பீஸுக்கான 4000-த்தை எடுத்து வைக்க மீண்டும் பணத்தை எண்ணத் தொடங்கினார் சேகர்.

அப்போது அதில் வரிசையாக 7 இருபது ருபாய் நோட்டுகள் வர, அப்போது அதைக் கவனித்த முருகனுக்கு சுரீர் என்று ஒரு சந்தேகம். அந்தச் சந்தேகம் உண்மையென்றால் புத்தர் எத்தனை வேதனையடைவார் என்று எண்ணி, அதைக் கண்களால் ஜாடை செய்தாவது ஜீசஸிடம் சொல்லிடலாமென சிரமப்பட்டு விழிகளைத் திருப்பிப் பார்த்தவருக்குப் பேரதிர்ச்சி, அங்கே ஜீசஸ் சிலையும் இல்லை.

முருகனுக்கு, புத்தர் தன் காதருகே சொல்வது போல இருந்தது “நானே நேரடியாகப் பாதிக்கப்பட்டேன்”

கோவில் தாத்தா

"**கோ**வில் தாத்தாவைக் காணோம்" என்பதுதான் மங்கலம் கிராமத்துக்கு அன்றைய விடியல் செய்தியாய் இருந்தது.

"கடைசியா யாருப்பா பாத்திங்க?" எனும் கேள்விக்கு நூல் பிடித்துச் சென்று முதல்நாள் மதியத்துக்குமேல் அவரைக் காணவில்லையென முடிவு செய்தனர் மக்கள். அவரைத் தேடிக் கண்டுபிடிக்கவோ, கண்டுபிடிக்க அறிவுறுத்தவோ அங்கு யாரும் இல்லை. கோவில் தாத்தா காணாமல் போன கதையோடு அவர் அந்த ஊருக்கு வந்த கதைதான் மக்களால் அதிகம் பேசிக்கொள்ளப்பட்டது.

சில வருடங்களுக்கு முன் அந்த ஊர் எல்லைச்சாமியைக் குலசாமியாகக் கொண்டு வெவ்வேறு ஊர்களில் தங்கியிருந்த ஒரு கூட்டம், எதோ வேண்டுதலுக்காக இரண்டு பேருந்துகளில் வந்து ஊரை நிரப்பியது. பட்டுச்சேலைகளும், மஞ்சள் சந்தன வாசனைகளும், கிடாய்களின் கதறல்களுமாய் அன்றையநாள் கொண்டாட்டமாய் சென்று கொண்டிருந்தது. கொண்டாட்டம் முடிந்து அவரவர் வந்த வாகனங்களில் புறப்பட்டுச் செல்ல அந்த 70 வயது மதிக்கத் தக்க கிழவர் மட்டும் அங்கே தனியே நின்றிருந்தார். நீலத்தில் கருப்பு கட்டம் போட்ட சட்டையும், சற்று அழுக்கேறிய வேட்டியும் அணிந்திருந்தார். தலை நிறைய நரைத்த முடி. சற்று பழுப்பேறிய கண்கள். கோவிலுக்கு வெளியே இருந்த அரசமரத்திட்டில் வெற்றிடத்தை வேடிக்கைபார்த்துக்கொண்டு அமர்ந்திருந்தார்.

கோவில் பூசாரி கோவிலை மூடிவிட்டுக் கிளம்பும்போதுதான் அவரைக் கவனித்தார்.

"அய்யா உங்க கூட வந்தவங்க எல்லாம் போயிட்டாங்க, நீங்க ஏன் தனியா உக்காந்திருக்கிங்க?" என்றார்.

தன் கை விரல்களை விரித்து எதுவும் தெரியாது என்பதுபோல அசைத்தார்.

"இதென்டா இது!" என முனகிவிட்டு. அவர் அருகில் சென்று முன்பு சொன்னதையே கொஞ்சம் குரல் உயர்த்திக்கூற, அவ்வழியே சென்றுகொண்டிருந்த சிலர் அங்கே கூடத்தொடங்கினர்.

இருட்டத்தொடங்கியிருந்தது. பலர் பலவாறு கேட்டனர். கடைசியில் "ஊம போலருக்கு" என உச்சுக் கொட்டிவிட்டு நகர்ந்தனர் ஊர்ப் பெண்கள். அதற்குள் ஊரின் முக்கிய புள்ளிகளும் அங்கே வந்தனர். சில இளைஞர்களும் வந்திருந்தனர்.

"பேசாம அய்யாவக் கொண்டுபோய் முசிறி பஸ் ஸ்டாண்டுல விட்டு வந்துடுவோம்" என்றான் சங்கர்.

"யார்ராவன் கிறுக்குத்தனமா பேசிட்டிருக்க, நம்மகிட்டயே பதில் சொல்லல, பஸ்ஸ்டாண்டுல போய் விட்டு..."

"சரி என்ன பண்ணலாம்னு சொல்லுங்க?"

"ப்ரசிடெண்டு வந்தாச்சா?"

"க்கும், குத்துக்கல்லு மாதிரி நிக்கிறது உன் கண்ணுக்குத் தெரியலாயாக்கும்" என்றவாறே முன்வந்தார் அய்யாவு.

"வாயா, வந்து முன்னால நில்லு. வாய்ல பழத்த வச்சாப்ள வேடிக்கை பாத்துட்டிருந்தா நாங்க யாரக்கண்டோம் இந்த இருட்டுல"

"கண்ணு போச்சுன்னா இலவச முகாம்ல கண்ணாடி வாங்கிப்போடு தொர" என்றார். அதற்குள் சிலர் சலசலக்க "சரி என்ன பண்ணலாம் சொல்லுங்க?" என்றார்.

"அதுக்குத்தான் உன்னைக் கூப்பிட்டோம் மாப்ள" எனக் குரல் வந்தது.

"சரி நைட்டு மட்டும் நம்மூர்லயே எங்கயாச்சும் தங்க வச்சு அனுப்புவோம்"

"எங்கயாச்சும்னா எங்கனு சொல்லுங்க?"

"அதெப்புடிங்க ஆளு யாரென்னனு தெரியாம வீட்டுல தங்க வைக்க முடியும், என்ன ஜாதியோ"

அதற்குள் ஒரு பெண் சொம்பு நிறைய தண்ணீர் கொண்டு வந்து பெரியவரிடம் கொடுத்தாள். வாங்கிக் கைகள் நடுங்க குடித்துவிட்டுத் தந்தார்.

மீதித் தண்ணீரைக் கீழே ஊற்றிவிட்டு கூட்டத்தோடு நின்றுகொண்டாள்.

"இப்பலாம் யாரையும் நம்ப முடியாதுங்க, இவர அனுப்பி வச்சு ஒரு கூட்டமா பின்னாடி வந்து கொள்ளையடிச்சிட்டு போயிடுவானுக"

"யோவ் யாருயா அவன், சும்மா வாயிருக்குனு பேசிட்டிருக்க கூடாது. என்னோட தோட்டத்துல இருக்க காவல் குடிசைல இவரு இருக்கட்டும், டேய் தினேசு இவர அங்க கொண்டுபோய் விட்ரு" என்றார் தலைவர்.

"இருந்தாலும் முன்ன பின்னத் தெரி..."

"யப்பா நாளைக்கு எவன் வீட்டுல எது காணோம்னாலும் என்கிட்ட வா நான் பொறுப்பு" என்றுவிட்டு அருகிலிருந்தவனை அழைத்து "வீட்டுல போய்க் கொஞ்சம் சோறு, கொழம்பு வாங்கியாடா சாப்ட வச்சு கூட்டி போய் விட்ருவோம்" அவன் கிளம்பப் போகுமுன்.

"என்னண்ணே சோறு வாங்க அங்க ஏன் போறிங்க, நான் எடுத்தாறேன்" என நகர்ந்தாள் செல்வி.

இப்படியாய் அன்றிரவு பெரியவரை ப்ரெஸிடென்ட் தோட்டத்தில் தங்கவைத்தனர். அது ஒரு பத்துக்கு பத்து அறை, நைலான் கயிற்று கட்டிலும், தலையணையும் இருந்தது. தினேஸ் அதைக் காட்டி சைகை செய்து படுக்கச் சொன்னான்.

அடுத்தநாள் காலை விடியும் முன்னரே பெரியவர் அந்த மரத்தடிக்கு வந்துவிட்டார். முந்தைய நாள் ஏற்படுத்திய பழக்கம் யாரையும் கேள்வி கேட்கவைக்கவில்லை. அவரவர் கடந்து சென்று கொண்டிருந்தனர். தின பூஜைக்கு வந்த பூசாரி பெரியவரைப் பார்த்துக் கொண்டே கதவைத் திறந்தார். பூஜை முடித்துவிட்டுக் கிளம்பியபோது "சாப்டாச்சா?" எனச் சைகையில் கேட்டார். வேண்டாம் என்பது போலக் கையசைத்தார்.

மீண்டும், இரவு போலவே கூட்டம்கூட, "சரிப்பா நான் பெரியவர கொண்டுபோய் ஸ்டேசன்ல விட்டுட்டு விவரத்த சொல்லிட்டு வந்துடறேன்" ப்ரசிடெண்ட்.

பலர் ஆமோதித்தார்கள். "அய்யா எதுக்குங்க ஸ்டேசனெல்லாம் பாத்தா பாவமா இருக்கு, அவரு பாட்டுக்கு ஓரமா இருந்துட்டு போகட்டும்" என்றாள் செல்வி.

கூட்டம் சலசலத்தது. "அதெப்பிடி செல்வி, யாரெவருன்னு தெரியாம பொசுக்குனு ஒருத்தர ஊருக்குள்ள விடுறது. நாளைக்கு எதாவது ஒன்னு ஆகிப்போச்சுன்னா ஊரே பதில் சொல்லனும்ல! அதுமில்லாம இவரால ஊருக்கு என்ன ப்ரோஜனம்னு சொல்லு, வயசான ஆளுவேற நாளைக்கே எதாச்சும்னா யாரு பொறுப்பு? எவனாச்சும் எங்கப்பன கூட்டியாந்து கொன்னுட்டாங்கனு நின்னா என்ன பண்ண முடியும் சொல்லு"

"அட பொம்பளைங்கள கூட்டத்துல பேசவுட்டா இப்படித்தான் ஏடாகூடமா நடக்கும். நீங்க நடக்க வேண்டியதப் பாருங்க" எனக் குரல்வர.

"அது யாருப்பா நாயஞ்சொல்ல ஆம்பள, பொம்பள பேச்செடுக்கறது" எனக் குரல் கொடுத்தாள் காமாட்சி, கொஞ்சம் மூத்த பெண்.

"அய்யாவு, செல்வி கேக்கறது அந்தக் கிழவன பாத்துக்கறதுக்காக இல்ல, அவள பாத்துக்கறதுக்காக. அவ புருசனும் அப்பனும் போனப்புறம் தனியாளா நிக்கிறா, நாம என்னதான் பாத்துகிட்டாலும் சில பயலுக ராத்திரில தண்ணியப் போட்டு அவ வீட்டுல போய் குடிக்க தண்ணி கேக்கறதும், சாடையா பேசறதும் நடந்துகிட்டுதான் இருக்கு. ஒருவேள இந்தப் பெரியவரு அவ வூட்டு திண்ணைல ஒரு ஆளா கிடந்தா பாதுகாப்புனு நினைக்கிறாளோ என்னவோ" இதைச் சொல்லி முடித்ததும் கூட்டம் மேலும் சலசலத்தது.

"இது நம்ம ஊருக்கே அசிங்கம்", "நம்மூர் பயலுக என்ன பொம்பள பொறுக்கிங்களா" என மாறி மாறிக் குரல் வர.

"யோவ் ஒரு நிமிசம் இருங்கய்யா! செல்வி என்னம்மா நீயும் அமைதியா இருக்க, நம்ம காமாட்சியக்கா என்னென்னவோ சொல்லுது. உண்மையா, அப்படின்னா ஏன் என்கிட்ட சொல்லல?"

"அய்யா பகல்ல தங்கச்சி, அக்கானு கூப்பிடுறவங்கதான்யா, ராத்திரில வந்து துணைக்குப் படுக்கவானு கேக்கறாங்க. அவங்க வீட்டு பொம்பளைகளுக்காகவும், இப்போ சொன்னாங்களே ஊருக்கே அசிங்கம்னு, அப்படி ஆகாம இருக்கனும்னுதான்யா சொல்லல"

"அப்போ எதும் தப்பு நடந்துருச்சா?" எனக் குரல்வர.

"செருப்பு பிஞ்சுடும், எவன்டா அது" என்று எழுந்து நின்று கத்தினார் அய்யாவு.

"இவன்தானுங்க" என்று ஒருவனைக்காட்ட "அய்யா தமாசுக்குக் கேட்டேங்க" என்றான் அவன்.

"...யிருல கேட்ட, போடா அந்தப்பக்கம்" என்றுவிட்டு அதே வேகத்தில் "இருந்தாலும் நினைச்ச உடனேலாம் எதும் செஞ்சிட முடியாது, நான் ஆபிசர்கிட்ட (*Vao*) கிட்ட கேட்டுச் சொல்றேன். நாமளே ஆளு யாருன்னு கண்டுபிடிச்சு அனுப்ப முயற்சி பண்ணுவோம், அதுவரைக்கும் அய்யா இங்க இருக்கட்டும்" என்றார். "இந்தா பாரு செல்வி, எவனோ குடிச்சிட்டு தப்பா நடந்துக்க வந்தான்னா நீ எங்ககிட்டச் சொல்லனும், உனக்கு யாருமில்லனு நினைக்காத, உனக்கு அப்பனாத்தாவா நானிருக்கேன். இனிமே எந்தத் ...ளியாச்சும் உன்வீட்டுப் பக்கம் தப்பான நினைப்போட வந்தான்" ஒரு பெருமூச்சைவிட்டு "அந்த நாயிகசார்பா" என்றுவிட்டு செல்வியைப் பார்த்துக் கைக்கூப்பினார். செல்வி ஓடிவந்து கைகளைப் பிடித்துகொள்ள, காமாட்சி "நீ எதுக்கு அய்யாவு மன்னிப்பெல்லாம் கேக்கற!"

"அப்படி இல்லக்கா, இத்தன நாளா நம்மூர் புள்ள ஒன்னு பாதுகாப்பில்லாம இருந்திருக்கே, அப்புறம் நானெதுக்கு இங்க" எனக் குரல் கம்மினார்.

"அட அதெல்லாம் ஒன்னுமில்ல விடு" என்றாள் காமாட்சி. செல்விக்கு பலநாளாய் இருந்த பிரச்சினையை வந்த ஒருநாளில் தீர்த்துவைத்துவிட்டு, ஏதுமறியாமல் வெற்றிடத்தை வேடிக்கை பார்த்துக்கொண்டிருந்தார் பெரியவர்.

அன்றிரவு செல்வி வீட்டுத் திண்ணையில் அவருக்கு இடம் கிடைத்தது. ஒரு தார்ப்பாயில் தடுப்பு அமைத்துக் கொடுத்திருந்தாள். அடுத்தநாள் சுடுதண்ணீர் வைத்து பெரியவரைக் குளிக்கச் சொன்னாள். அவளுக்கென்று ஒரு உறவு கிடைத்ததை உணர்ந்தாள். தன் தந்தையின் வேட்டி சட்டையைக் கொடுத்தாள். அவள் கொடுத்ததை உண்டுவிட்டு தன்னுடைய இடமான அரசமரத்திட்டில் சென்றமர்ந்து வேடிக்கை பார்க்கத்தொடங்கினார். அவரை யாரும் கண்டுகொள்ளவில்லை. ஊர் பழகியிருந்தது.

"பெரியவரு வந்தன்னிக்கு கூட வந்த சமையல்காரன்கிட்டப் பேசுனேன், இவரு ஊர் மெயின் ரோட்டுல தனியா நின்னுட்டு இருந்திருக்காரு, வந்தவங்தான் நம்மூர்காரரு பஸ்ஸுக்கு நிக்கிறாருனு

நினைச்சு ஏத்திட்டு வந்திருக்காங்க. வேற வெவரம் ஒன்னும் கிடைக்கல" என்று அவர் யார் என்ற தேடலில், எப்படி வந்தார்? எனக் கண்டுபிடித்தனர்.

ஒரு நாள் பெரியவர் அவர் இருக்கையில் அமர்ந்திருந்தபோது திடீரென மழை கொட்டித்தீர்த்தது. மற்றவர்கள் ஓடிப்போய்க் கோவில் தகர ஷெட்டில் நின்றுகொள்ள. பெரியவர் எங்கே செல்வது எனத் தெரியாமல் நின்று கொண்டு தடுமாறினார். அதைக் கண்ட பூசாரி ஓடிவந்து அவரைக் கைப்பிடித்தழைத்து கோவிலுக்குள் நுழைந்து ஷெட்டுக்கு கீழ் நிறுத்தினார். பலரின் குத்தல் பார்வையை உணர்ந்து "ஏய் என்னப்பா, சாமியவா தொடப் போறாரு மழைல நனைஞ்சு ஏதாச்சும் ஆகிடுச்சுனா!" எனப் பொதுவாகப் பதில் சொன்னார்.

அதன் பின் கோவில் நுழைவென்பது தாத்தாவிற்கு சகஜமானது. குலதெய்வ வழிபாட்டுக்கு வருவோர் சாப்பாடு போடும்போது தாத்தாவையும் அழைத்துச் சாப்பிடச் சொல்வார் பூசாரி. இப்படியாய் ஊரோடு நன்கு பழகிவிட்டிருந்தார். அவருக்குப் பெயர் எதுவும் தெரியாததால் கோவில் தாத்தாவாகிப்போயிருந்தார் பெரியவர். காலை எழுந்து குளித்து செல்வி தருவதை உண்டு, மெதுவாக நடந்து வந்து அரசமரத்திட்டில் அமர்ந்துகொள்வார். மதிய உணவை யாராவது தந்துவிடுவார்கள். இருட்டத்தொடங்கியதும் மெதுவாக நடந்து திண்ணையில் அமர்ந்து கொள்வார். அப்போது செல்வி வேலை பார்த்துக்கொண்டே அவரிடம் பேசிக்கொண்டிருப்பாள். பதிலோ, ஆமோதிப்போ எதுவும் இருக்காது. செல்வியின் அத்தனை புலம்பல்களுக்கும் தாத்தாவின் மௌனமே பதிலாக இருந்தாலும் இத்தனை நாளாய் மனதுக்குள்ளாய் நினைத்துக் கொண்டிருந்ததை தற்போது வாய்விட்டுச் சொல்வதே செல்விக்கு நிம்மதி தந்தது.

செல்வி மட்டுமல்ல, சில நேரங்களில் அவர் அரசமரத்தடியில் அமர்ந்திருக்கும்போது அருகில் யாருமில்லையென்றால் அவரிடம் ரகசியம் சொல்வதுபோல் புலம்பிக் கொண்டிருப்பார்கள். "உனக்கென்ன தாத்தா மூனு வேள சோறு, தூங்க இடம். என்னப்பாரு நான் சின்னப் பையனா இருக்கப்போ எங்கப்பா காசிக்குப் போயிட்டாருனு சொல்லி என்னை ஸ்கூலுக்கு அனுப்பாம கடனுக்காகப் பக்கத்து ஊரு பேக்டரிக்கு அனுப்பிட்டாங்க. வளந்தப்புறம்தான் தெரிஞ்சது அந்த எழவெடுத்தவன் காசிக்கெல்லாம் போகல எவளையோ இழுத்துட்டு ஓடிட்டான்னு. அவனால எனக்கும் எவனும் பொண்ணு தர மாட்டேங்கறானுக", எனச் சொல்லிவிட்டு சிரித்தான். இப்படியாய் பலர். தாத்தா எப்படியும் பேசப்போவதில்லை என்பது அவர்களுக்குப் பெரிய நம்பிக்கை தந்தது. கோவிலுக்குள் புலம்பவதைவிட இது சௌகரிமாய் இருந்தது.

கோவில்தாத்தாவுக்கு விசேச நாட்களுக்கு வேட்டி சட்டை தருமளவிற்கு ஊர்மக்கள் பழகிவிட்டிருந்தார்கள்.

அவர் காணமல்போனநாளின் காலையில் எப்போதும்போல் அரசமரத்திட்டில் அமர்ந்திருந்தவர் அருகில் வந்தமர்ந்த சிலரது பேச்சு எங்கெங்கோ சென்று, கடைசியில் "நாளைக்கே தாத்தா செத்தா எரிக்கனுமா புதைக்கனுமா?" என வந்து முடிந்தது.

"டேய் யார்ராவன், வாயக்கழுவுடா" என்றான் ஒருவன்.

"என்னடா நடக்காகததையா சொல்லிட்டேன்! நீயும், நானும் நாளைக்கு சாகத்தானே போறோம், அது மாதிரிதான் கேக்கறேன்"

"நீ எதுக்கு கேக்கறன்னு தெரியும்" என்றான்.

"எதுக்கு?"

"வேணாம் விடு, வாய் சரியில்ல நமக்கு, கிளம்புவோம்"

"அதெல்லாம் நல்லாதான் இருக்கும், நீ சொல்லு நான் எதுக்கு கேட்டேன்னு"

"அவரு என்ன ஆளுனு தெரியனும் அதான?"

"ச்சீ, ச்சீ... ஆமா, அதான், ஏன் கேக்க கூடாதா, நான் கேட்பேன்" என்றுவிட்டு தாத்தாவின் எதரில் நின்றுகொண்டு சத்தமாய் "தாத்தா, நீ என்ன ஆளுக" எனக் கத்தினான். தாத்தா உதட்டைப் பிதுக்கி கைவிரல்களை விரித்து "தெரியாது" என்றார் ஜாடையில்.

"அதெப்படி தெரியாம போகும். சொல்லு தாத்தா, நீ என்ன ஜாதி? சொன்னாதானே நீ செத்தா எரிக்கிறதா, புதைக்கிறதானு தெரியும்"

மீண்டும் அதையே செய்தார் தாத்தா.

"யோவ் கிழட்டு... ஊம மாதிரி நடிச்சு ஏமாத்திட்டு இருக்கியா! வேளாவேளைக்கு சோறு, தங்க இடம், ...ண்டித்துணியெல்லாம் கொடுத்து சொகுசா வச்சிருக்கோம்ல, இதைக்கூட சொல்ல மாட்டியா" எனச்சீற.

அதற்குள் அங்கே வந்தவர்கள் "இந்தக் குடிகார நாய அடிச்சு தொறத்துங்கடா" எனக் கத்த, அவன் உடன் வந்தவர்கள் அவனை இழுத்துச்சென்றனர்.

அதன் பிறகு எப்போதும்போல் தாத்தா அங்கேதான் அமர்ந்திருந்தார். தாத்தா அவர்பாட்டுக்கு வருவார் போவாரென்பதால் யாரும் கண்டுகொள்ளவில்லை. செல்விகூட முசிறியில் அவள் சித்திவீட்டுக்கு சென்றிருந்ததால் அவர் இல்லாதது தெரியவே அடுத்தநாளாகிவிட்டது.

ஊரிலிருந்து திரும்பி வந்த செல்வி தாத்தா காணாமல் போனதைக்கேட்டு விசும்பி அழுதாள். "எனக்குனு ஆதாரவா கிடைச்ச சீவனும் போச்சே!" எனப் புலம்பினாள். தாத்தாவை அடுத்தநாளே ஊர் மறந்து அவரவர் வேலைகளில் ஆழந்தது.

"அவரு ஒரு பறவைடா, அதையெல்லாம் ஒரு கூட்டுக்குள்ள அடைச்சு வச்சிட முடியுமா, இல்ல அது உக்காரத்தான் ஒரு கிளை கிடைக்காமப் போயிடுமா" என்றனர்.

செல்வி இப்போதும்கூட வேலை செய்யும்போது பேசிக்கொண்டேதான் செய்கிறாள். அதில் அவளுக்கு எவ்வித நெருடலும் இல்லை. தாத்தாவின் உருவம் இல்லாவிட்டாலென்ன அவரது மௌனம் அங்கேதானே இருக்கிறது.

சினிமா

*O*MR ரோட்டில் வழக்கத்தைவிட ட்ராபிக் அதிகமாகியிருந்தது. படூர் பிரிவில் ஒரு திரைப்படத்தின் சூட்டிங் நடந்து கொண்டிருந்து. பிரபல நடிகர் அன்று நடிக்க வந்திருந்ததால் கூட்டம் அதிகமாகவே இருந்தது.

ஜெபராஜ் கேரவனுக்கு வெளியே போட்டிருந்த ப்ளாஸ்டிக் ஸ்டூலில் அமர்ந்து சாம்பாரில் ஊறிய பொங்கலை விழுங்கிக்கொண்டிருந்தான். சுவையை அனுபவிப்பதையெல்லாம் மறந்துபோய் பலநாட்களானது.

ஜெபராஜ் கல்லூரியில் படித்துக் கொண்டிருக்கும்போது இயக்கிய ஒரு குறும்படம் முதல் பரிசு பெற்றது. அதிலிருந்து அவனது பட்டப் பெயர் டைரக்டர் என்றே மாறியது. வாத்தியார்கள்கூட அப்படியே அழைத்தார்கள்.

"எப்படியும் பத்து வருசத்துல தமிழ் சினிமாவோட பெஸ்ட் டைரக்டர்ஸ்ல ஜெபாவும் இருப்பான்" என்று ஒருமுறை சுதர்சன் சார் சொன்னபோது ஜெபாவுக்குச் சிலிர்த்து கண்கள் கலங்கியது.

"மச்சி இந்த லேப்டாப் வச்சுக்க, வொர்க்கெல்லாம் பண்ண முடியாது ஆனா படம் பாக்கலாம், கொஞ்சம் மத்த லேங்குவேஜ் படம், கொரியன் மூவிஸ்லாம் உள்ள இருக்கு" என்று மாரி லேப்டாப்பைக் கொடுத்தபோது தன் மேல் மற்றவர்கள் வைத்திருந்த நம்பிக்கையை நினைத்துப் பெருமிதமும், உள்ளுக்குள் ஓர் ஓரத்தில் கொஞ்சம் பயமும் எட்டிப் பார்த்தது.

அவனே நினைத்தாலும் வேறு வேலைக்குச் செல்ல முடியாத நிலைக்கு ஆளானான்.

"மாஸ்டர் டிகிரி பண்ணுற மாதிரி நினைச்சுக்க, அஞ்சு வருசம் எடுத்துக்க முடியலன்னா வந்துடு" என்றார் அப்பா. "நீ பெரிய ஆளா வருவடா" எனக்கூற அம்மா இல்லை.

நிறைய வாசித்தான். படங்கள் பார்த்தான். அந்த வாசிப்பும், படங்களும் ஒரு வகையில் அவனுக்கு உதவினாலும், தான் எடுத்தது

ஒரு அங்கீகாரத்திற்கு உரித்தான படம்தானா எனும் சந்தேகத்தை ஏற்படுத்தியது.

அவனுடைய படத்தை யூடியூபில் பதிந்தான். தெரிந்தவர்கள் மட்டுமே பார்த்தார்கள். நேரில் சொன்னதைக் கமெண்ட் இட்டிருந்தார்கள். ஆரம்பத்தில் இருந்த உற்சாகம் குறைந்தது. பின்வாங்கவும் முடியவில்லை. சென்னை கிளம்பும்போது அப்பா சொன்னார் "சினிமால உன்பேரு வர்ரத பாக்கனும் ஜெபா, கண்டிப்பா வரும்" என்று சொன்ன அப்பாவின் நம்பிக்கை ஜெபராஜுக்கு உற்சாகத்தைத் தந்தது.

சென்னை வந்து சேர்ந்தான். சினிமாவைப் பார்ப்பதற்கும், அதற்குள் இருப்பதற்குமான வித்தியாசத்தைக் கொஞ்சநாளில் உணர்ந்தான். சினிமா பெருங்கடல் போல இருந்தது. எதன் வழி நுழைவது என்று தெரியவில்லை.

சென்னையில் அவன் நண்பனின் நண்பனுடைய அறையில்தான் தங்கியிருந்தான். முதன்முறையாகத் தனக்கு அறிமுகமில்லாத சிலருக்குத் தன் படத்தைப் போட்டுக்காட்டினான். பார்த்தவர்கள் ஐந்து பேரில் நான்குபேர் நல்லாருக்கு என்றனர். பிரபா என்பவன் எதுவும் சொல்லாமல் போய்விட்டான். அன்று மாலையே அவனை டீக்கடையில் பார்த்தான் ஜெபா.

"என்ன ப்ரோ காலைல படம் பாத்திங்க, எதுவும் சொல்லாம போயிட்டிங்க?" என்றான்.

"இல்ல பாஸ், படம் அவ்வளவா நல்லா இல்ல, அதுதான் அங்க சொல்லல"

"ஏன் ப்ரோ என்ன பிடிக்கல?"

"வேண்டாம் பாஸ், சொன்னா ஹர்ட் ஆவிங்க"

"இல்ல ப்ரோ இந்த மாதிரி நிஜமான விமர்சனம்தான் தேவை, இதைத்தான் தேடிட்டு இருந்தேன்"

"சரி இப்ப அந்தப் படத்த நான் எடுத்திருக்கேன், உங்களுக்குப் போட்டுக் காட்டுறேன், உங்க ரிவ்யூ என்ன?"

"இல்ல ப்ரோ எனக்குத் தெரியல"

"புதுசா ஒன்னுமே இல்ல பாஸ். லவ் பண்ணுறான், வேற ஜாதி, பொண்ணு புரட்சி பேசுது, கடைசில லவ்வர் ஏமாத்திட்டு போறான், பொண்ணு தனியா வாழ்ந்துக்கறேன்னு சொல்லுது. இது எல்லாமே ஒரு தகவல் மாதிரிதானே இருக்கு. நம்மள புடிச்ச இழுக்கற மாதிரி எதுவுமில்லையே"

"எனக்கு இது புதுசா இருந்துச்சு ப்ரோ. லவ் பண்ணி ஜெயிச்ச மாதிரி காட்டுறது நார்மல், அவன் ஏமாத்திட்டுப் போறது வித்தியாசமா இருக்குமேன்னு..."

"அதையெல்லாம் தப்பு சொல்லல பாஸ். ஆனா இதெல்லாம் நியூஸ் பேப்பர் படிச்சாலே தெரிஞ்சுக்கலாமே, எதுக்கு கஷ்டப்பட்டு ஒரு படமா எடுக்கனும்"

ஜெபாவுக்கு என்ன பதில் சொல்வதென்று தெரியவில்லை. பிரபா சொன்னதில் உண்மை இருப்பதாகத் தோன்றியது. உண்மையில் அந்தக்கதை பேப்பரில் வந்திருந்த செய்தியை அடிப்படையாக் கொண்டு எடுக்கப்பட்டதுதான். ஜெபா மீண்டும் தன்னுடைய படத்தைப் பார்த்தான். பிரபா சொன்னதுபோல அது சில தகவல்களின் தொகுப்பாகத்தானிருந்தது. ஆனால் வேறு எப்படி படம் எடுப்பது. ஜெபா மிகவும் குழம்பிப் போனான். மீண்டும் தன்னைத் தயார் படுத்தலில் இறங்கினான்.

உதவி இயக்குனாராகச் சேர பல இடங்களில் அலைந்தான். சினிமாவுக்கு சிபாரிசு அதிகமாகத் தேவைப்பட்டது.

"நான் அந்தக் கம்பெனில வேலை பாத்திருக்கேன்னு சொன்னாதான் ஆபிஸ் உள்ளயாச்சும் போக முடியும் ஜெபா, நான் சொல்லுற மாதிரி கேளு. ஒரு ப்ரொடக்சன் யூனிட்ல டெக்னீசியனா சேந்துடு. நிறைய கான்டாக்ட்ஸ் கிடைக்கும் வருமானமும் வரும். சினிமாவுக்கு வெளில இருந்து அதைத் தேடுறதவிடு உள்ள போயி தேடு" என்றான் ஒரு நண்பன்.

பிரபாவிடம் இதைச் சொன்னபோது "நிறைய பேரைப் பாத்திருக்கேன் ஜெபா, காணாம போயிருக்காங்க. நீ அந்த மாதிரி ஆகாம இருந்தா சரிதான். எனக்குத் தெரிஞ்சத சொல்றேன், தோல்விய ஒத்துகிட்டா குறைஞ்சபட்ச சந்தோசமாவது கிடைக்கும். யோசிச்சுப் பாரு"

ஜெபா ஒரு ப்ரொக்சன் யூனிட்டில் சேர்ந்தான். பல வேலைகள் பார்த்தான். இப்போதுதான் மேக்கப் இன்சார்ஜாக இருக்கிறான். உதவி

இயக்குனர்களிடம் பேசும் வாய்ப்புக் கிடைக்கும்போதெல்லாம் தன்னைப் பற்றிச் சொல்வான், "நான் படம் எடுக்கும்போது நம்ம டீம்ல நீ இருப்ப" என்ற வசனம் பழகிப்போகுமளவிற்கு அனுபவப்பட்டிருந்தான்.

பொங்கலைத் தின்றுவிட்டு எழுந்த வேகத்தில் தலை சுற்றுவதுபோலிருந்து. "பிரசர் செக் பண்ணனும்" என நினைத்தான். ஒரு வருடமாக இந்த மாதிரித் தலை சுற்றும்போதெல்லாம் நினைத்துக் கொண்டுதானிருக்கிறான்.

ப்ரொடக்சன் மேனேஜர் வந்தார். "என்னப்பா உன்னோட யூனிட் எல்லாம் ரெடியா?"

"ரெடி சார், க்ரவுட் ஆர்டிஸ்ட்க்குக் காயத்துக்கு மேக்கப் போட்டுட்டு இருக்காங்க முடிஞ்சிடும்"

"ப்ரேம்ல வர்ரவங்களுக்கு மட்டும் போட்டா போதும், எல்லாருக்கும் போட்டு டைம் வேஸ்ட் பண்ண வேண்டாம்"

"சரி சார், AD சார் கிட்ட கேட்டு முக்கியமானவங்களுத்தான் போட்டுட்டு இருக்கேன்" என்று அவன் பேசிக்கொண்டிருக்கும்போதே மேனேஜர் நடக்கத் தொடங்கினார். ஆரம்பத்தில் இவையெல்லாம் அவமானங்களாக இருந்தது. இப்போது நடைமுறையாகிவிட்டது. சூட்டிங்கில் பெரிதாக வேலை இருக்காது. கேட்கும்போது, கேட்ட மேக்கப்பில் ஆட்கள் இல்லையென்றால்தான் ஜெபா சிக்குவான். அன்று அவ்வாறு அவன் சிக்காமல் சூட்டிங் முடிந்தது.

கூட்டம் கலையத் தொடங்கியது. யூனிட் வாகனங்கள் கிளம்பின. அவன் கிளம்ப எட்டு மணியானது. அப்போது அவனுக்குத் தெரிந்த நண்பன் ஒருவன் அருகிலிருக்கும் மாலில் படம் ஓடுவதாய்ச் சொல்லி அழைத்தான். ஜெபாவும் ரூமுக்குப் போய் ஒன்றும் செய்யப்போவதில்லை என்பதால் சினிமாவுக்குச் சென்றான்.

படம் முடிந்து அவர்கள் ஏரியாவுக்குச் செல்ல நள்ளிரவாகியிருந்தது. அவன் அதற்கு முதல் தெருவிலேயே இருந்ததால் இறக்கிவிட்டுச் சென்றான். ஒரு சந்தைக் கடந்து செல்ல வேண்டும். யாருமில்லாத ரோடு. பலமுறை கடந்திருக்கிறான். அன்றும் அப்படித்தான் கடந்துகொண்டிருந்தான். எதிரில் ஒரு வண்டி வந்தது. ஜெபா கண்டுகொள்ளவில்லை. வண்டி இவன் அருகில் வந்து

மெதுவானது. தெரிந்தவர்களோ எனப் பார்த்தான். முகமூடி அணிந்திருந்தனர். சட்டென ஒருவன் கத்தியை எடுத்து மிரட்டினான்.

"ஏய் ஏய்" எனக் கத்திக்கொண்டு ஓட நினைத்து விழுந்தான் ஜெபா. அவனால் வேறு எதுவும் பேச முடியவில்லை. கத்தக்கூட தொண்டை அடைத்தது. கத்தியைக் காட்டிக்கொண்டே கீழே இறங்கினான், வண்டியில் பின்னால் அமர்ந்திருந்தவன். "...மல அசைஞ்சா கத்திய கழுத்துல இறக்கிடுவேன், அசையாம இரு" என்றான். அமைதியானான் ஜெபா.

ஜெபாவின் பாக்கெட்டிலிருந்த சில ரூபாய்களையும், மொபைலையும் எடுத்துக்கொண்டு "நமக்குனு வந்திருக்கு பாரு பீட!" என்றுவிட்டுக் வண்டியை முறுக்கிக் கொண்டு கிளம்பினார்கள். ஜெபாவுக்கு அழுகையும் ஆத்திரமும் வந்தது. எழுந்து அருகிலிருந்த கம்பத்தைக் காலால் உதைத்தான். அது தந்த வலி அடக்கி வைத்திருந்த அழுகை வெளிவந்தது.

ரூமில் நடந்ததைச் சொன்னான். ஆறுதல் சொன்னார்கள். அதிகாலை ஜெபாவின் ரூம் நண்பன் எழுப்பினான். ஒருவனை தமிழகத்தின் பெரிய நியூஸ் சேனலில் வேலை செய்வதாய் அறிமுகப்படுத்தி "ஜெபா இவரு நம்ம பக்கத்து ரூம்லதான் தங்கியிருக்காரு. காலைல டீக்கடைல பேசும்போது நைட்டு நடந்தத சொன்னேன், நியூஸ்ல போடுறேன்னு சொன்னாரு"

"எதுக்குடா இதெல்லாம்?"

"அப்படி நினைக்காதிங்க ப்ரோ, இந்த ஏரியால இப்படி நடக்குதுனு தெரிஞ்சாதானே இனிமேயாவது கொஞ்சம் அலர்ட்டா இருப்பாங்க, போலிஸூம் ரவுண்ட்ஸ் வரும்"

ஜெபா நடந்ததைச் சொன்னான். நிருபர் நண்பன் கிளம்பினான்.

உடல் கொஞ்சம் அசதியாயிருந்ததால் அன்று சூட்டிங் போகவில்லை.

காலைப் பதினோறு மணியிருக்கும். "டேய் ஜெபா உன்னோட நியூஸ் ஸ்க்ரோலிங்ல வருது" என்றான் நண்பன். பால்கனியில் நின்றிருந்த ஜெபா வந்தான்.

செய்தி ஓடிக்கொண்டிருந்தது. 'திரைத்துறையில் வேலைபார்க்கும் நபரான ஜெபராஜ் என்பவரின் மொபைல் போன்

நள்ளிரவில் வழிப்பறி செய்யப்பட்டது அந்தப் பகுதியில் பரபரப்பை ஏற்படுத்தியுள்ளது' எனச் செய்தி ஓடியது.

செய்தியில் தன் பெயரைப் பார்த்ததும் அப்பாவின் நியாபகம் வந்தது. முதலில் அப்பா பார்த்திடக்கூடாதென்று நினைத்தான். "திரைத்துறையில் வேலைபார்க்கும்" என்ற வார்த்தையை மீண்டும் படித்தபோது அப்பா பார்த்தால்கூட பரவாயில்லைதானென நினைத்துக்கொண்டான்.

ஆயிரத்தில் ஒருவன்

அந்தச் சாதாரண நாளின் மாலைவேளையில், அலுவலகம் துறந்து வீடு செல்லும் பலரில் ஒருவனாகத் தன் வீடு நோக்கி நடந்து கொண்டிருந்த பார்த்திபனுக்கு நேரெதிரில், ஒரு வண்டி வந்து அவனை இடிக்குமாறு நின்றது. வந்தவன் விக்ரம். பார்த்திபனின் கல்லூரி நண்பன்.

"உங்க வீட்டத்தான்டா தேடிட்டு வந்தேன், நீயே எதிர்ல வந்துட்ட!" என்றான் விக்ரம்.

"ஏன்டா கால் பண்ணியிருந்தா அட்ரஸ் சொல்லியிருப்பேன்ல, சரி வா வீட்டுக்குப் போலாம்" என்றான் பார்த்தி.

"எத்தனை டைம்டா கால் பண்ணுறது, ரிங் போயி எடுக்கவே இல்ல"

சட்டெனப் பேண்ட் பாக்கெட்டிலிருந்தத் தன் மொபைலை எடுத்துப்பார்த்தான் பார்த்தி. டிஸ்ப்ளேயில் மேப் போல் கீறல்கள். மிஸ்டுகாலில் விக்ரம் நம்பர்.

"சாரி மச்சி சைலன்ட்ல இருந்திருக்கு, சரி வா போலாம்"

"எங்கடா போறது, எனக்கு லேட்டாகிடுச்சுடா! இன்னிக்கு பெங்களூர் போறேன். அதான் ஹவுஸ் ஓனர்கிட்ட கீய கொடுத்துட்டுப் போலாம்னு வந்தேன். சரி உன் வீடும் இந்த ஏரியாதானே..." என்றவன் சட்டென நினைவு வந்தவனாய். "மச்சி நாளைக்கு உன் பர்த்டேனு *FB*ல நோடிபிகேசன்ல பாத்தேன்டா, அட்வான்ஸ் ஹேப்பி பர்த்டே"

"அட ஏன்டா? நாம வாழுற வாழ்க்கைக்கு இதெல்லாம் தேவைதானா, சரி மச்சி தேங்க்ஸ் டா"

விக்ரம் சட்டெனத் தன் கையிலிருந்த வாட்சைக் கழற்றி பார்த்தியின் கைகளில் மாட்ட முயல, "எதுக்குடா இதெல்லாம், நான் வாட்ச் கட்டுறதே இல்லடா"

"சும்மாருடா, என்னால முடிஞ்ச கிப்டு. பழசுனு நினைச்சுக்காத மச்சி, ஆன்டிக் கலெக்சன்ல வாங்கினேன். ஒன் மன்த்தான் ஆகுது வாங்கி. வாரண்டி கார்ட வாட்ஸப் பண்ணுறேன், கிளம்பவா"

"டேய் அந்த மளிகைக்கடைக்கு அடுத்த வீடுதான்டா நம்மளது, வாடா டீயாச்சும் சாப்பிட்டுப் போலாம்"

"டேய் நம்ம வீட்டுக்கு வர்ரதுக்கு எனக்கென்னடா, டையமில்ல. நான் அடுத்த மாசம் இங்க வரும்போது கண்டிப்பா மீட் பண்ணுவோம். அதுக்குள்ள நீ இந்தப் பாழடைஞ்ச மொபைல மாத்திடு"

விடைபெற்றுக்கொண்டான் விக்ரம்.

அவன் செல்வதைப் பார்த்துவிட்டு நடக்க முயன்ற பார்த்திபனின் கால்களை எதோ இடற, கீழே பார்த்தான். ஷூ லேஸ் அவிழ்ந்திருந்தது. அதனை சரி செய்ய எண்ணி அருகிலிருந்த சிதைந்த சிமெண்ட் பெஞ்சில் காலை வைத்துக் குனிந்து லேஸைக் கட்டிக்கொண்டே வாட்சைப் பார்த்தான்.

வெள்ளை டயலில் நேர, நிமிட முள் கருப்பாகவும், நொடி முள் சிகப்பாகவும் இருந்தது. வாட்சின் மையத்திற்கு கீழ் மாதமும் தேதியும் இருந்தது. பழைய மாடல் வாட்ச். ஆனால் ஈர்த்தது.

அப்போதுதான் வாட்ச் ஓடாமலிருப்பதைக் கவனித்தவன். நேரத்தைச் சரிசெய்ய எண்ணி, வாட்சின் கீயைத்திருகிய நொடியில் அத்தனையும் மாறத்தொடங்கியது.

முட்கள் சுழலச் சுழல இவன் எண்ணங்களும் பல கிமீ வேகத்தில் சுழல்வதுபோலிருந்தது. அது அவன் எண்ணங்கள் மட்டுமா இல்லை அவனுமே நகர்ந்தானா எனும் குழப்பம். நிதானத்திற்கு வந்து அவன் வாட்ச் கீயிலிருந்து கையை எடுத்தபோது நேரம் அடுத்தநாளின் தொடக்கத்தில் 12.05 எனக்காட்ட.

அவன் எதிரில் அவனை எழுப்பிக்கொண்டிருந்தாள் பார்த்திபனின் மனைவி பவித்ரா. அவள் கையில் ஆரஞ்சு கலரில் கிப்ட் கவர் சுற்றிய செவ்வகப் பெட்டி இருந்தது.

அவனை அவனே பார்த்துக்கொண்டிருந்தான். அங்கு அவன் இருந்தது அவர்களுக்குத் தெரியவில்லை. அதுமட்டுமின்றி அவனே பெருங்குழப்பத்திலிருந்தான்.

அங்கே எழுந்த பார்த்திபன் "எதுக்கு லூசு இவ்ளோ காஸ்ட்டிலியா மொபைல்?"

"எதுவும் பேசாதிங்க இன்னைக்கு நீங்க சந்தோஷமா இருக்கனும், இன்னைக்கு இல்ல இந்த லைப் முழுசும் நீங்க சந்தோஷமா இருக்கனும்" என்றாள் பவி.

அதற்குமேல் அவளைக் கேட்காமல் "தேங்ஸ் மா" என்றவறே "குட்டிமா தூங்கிட்டாளா?" என்றவாறே அவள் கைகளை இறுக்கப் பிடித்தான். "ம்ம்" என்றவாறே அவனுக்கு இசைந்தாள் பவி.

இதையெல்லாம் பார்த்துக்கொண்டிருந்த பார்த்திக்குக் குழப்பத்திற்கு நடுவே சிறு தெளிவு கிடைத்ததைப்போலிருந்தது.

அந்த வாட்சைப் பார்த்தான். நேரத்தை மீண்டும் மாற்றினான். அதேபோல் கிமீ வேகத்தில் நின்ற இடத்திலேயே பயணிப்பது போலிருந்தது.

அந்த நாளின் இரவு 07.00 மணி. பார்த்தி அலுவலகத்திலிருந்து அவன் வீட்டுக்குள் நுழைந்து கொண்டிருந்தான். இந்தக் காட்சிகளையெல்லாம் எதோ டிவியில் பார்ப்பது போலிருந்தது நேரம் மாற்றி இங்கு வந்த பார்த்திக்கு. கொஞ்சம் புரிந்தது.

எங்கேயோ கேட்ட, பார்த்த, தன் வாழ்க்கைக்குத் துளிகூட தொடர்பில்லாத ஒரு டைம் மிஷின் அவனுக்குக் கிடைத்திருப்பதை உணர்ந்தான்.

பார்த்தி நினைத்திருந்தால் இப்போதே தன்னுடைய நிகழ்காலத்திற்குச் சென்று இந்தக் காலப்பயணத்தை நிறுத்திவிட முடியும். அடுத்து நிகழப்போவதைத் தெரிந்துகொள்ளும் ஆசை இல்லாத மனிதன் உண்டா?. இருக்கலாம் ஆயிரத்தில் ஒருவன் இருக்கலாம். ஆனால் பார்த்தி ஆயிரத்தில் ஒருவனெல்லாம் இல்லை. ஒரு சராசரி மனிதன்.

இப்போது அங்கு வீட்டுக்குள் வந்த பார்த்தி "ஏன்டி குட்டிமா டல்லா இருக்கா, எதாச்சும் திட்டினியா"

"இல்லைங்க நம்ம லவ் பேர்ட்ஸ் ரெண்டும் செத்துப்போச்சு அதான் பாப்பாவுக்கு பீலிங்ஸ்"

"ரெண்டுமா?"

"ஆமாங்க"

"ரெண்டுமேவா செத்துப்போச்சு?"

அவனை முறைத்த பவி, "ஆமாங்க, தினை எதும் கெட்டுப்போயிருக்கும் விடுங்க, வீட்டுல கெட்டது நடக்கறத அதுக ஏத்துக்குச்சு"

"இதுல என்னடி லாஜிக் இருக்கு?"

"அதவிடுங்க நல்ல நாளதுவுமா, மொபைல் யூஸ் பண்ண எப்படிங்க இருக்கு"

"சூப்பரா இருக்குடி. பாரேன், குட்டிமா லவ் பேர்ட்ஸ போட்டோலாம் எடுத்து வச்சிருக்கா காலைல. பச், குட்டிமா அப்பா நாளைக்கு வாங்கித்தரேன் வேற லவ் பேர்ட்ஸ் ஓகேவா"

"சரிப்பா" என்றாள் அந்த ஏழு வயதுக்குழந்தை.

இம்முறை நாட்களை மாற்றினான் பார்த்தி. இரண்டு நாட்களுக்குப் பிறகு. காலை பதினோரு மணி, பார்த்தி அலுவலகம் செல்லாமல் வீட்டிலிருந்ததைக் கண்டு இவன் அதிர்ச்சியடைந்தான்.

"எதுக்குங்க வீணா மனசப்போட்டு குழப்பிட்டு இருக்கிங்க, அப்படியெல்லாம் ஒன்னும் இருக்காது"

"இல்லடி என்னால அப்படி இருக்க முடியல. தொடர்ந்து ரெண்டுபேர் செத்துப்போயிருக்காங்க"

"இல்லைங்க சாவு எப்ப வரும்னு யாருங்க சொல்ல முடியும், நீங்கதான் வீணா குழப்பிக்கறிங்க"

"அதெப்படி பவி என் மொபைல்ல யாரு போட்டோ எடுக்கறாங்களோ அவங்களாம் கரெக்டா செத்துப்போவாங்க"

"நாம சாகலியே!"

"நாம மூனு பேரும் இப்போதைக்கு சாகல அவ்ளோதான். நல்லவேள நம்மவீட்டுல வேற யாரையும் இன்னும் போட்டோ எடுக்கல"

"இல்லைங்..."

"என்ன சமாதானப்படுத்த ட்ரை பண்ணாத பவி. எனக்குப் பைத்தியம் பிடிக்கிற மாதிரி இருக்கு நெஜமா. நீயே நம்ப மாட்டேங்கற வேற யாரு நம்புவா பவி இதையெல்லாம். நீ அந்த மொபைல ஆன்லைன்லதானே வாங்கின?"

"ஆமாங்க"

"பச், கடையில கொடுத்தா எதுவும் பிரச்சினை இல்லைனு சொல்றான். போட்டோவா டெலிட் பண்ண முடியாதது சாப்ட்வேர் ப்ராப்ளம், ரீசெட் பண்ணா சரியாகிடும்னு சொன்னான். நானும் ரெண்டு டைம் ரீசெட் பண்ணிட்டேன் பவி, அந்த லவ் பேர்ட்ஸ் போட்டோவும், எங்க ஆபிஸ் டீம் மேட்ஸ் போட்டோவும் டெலிட்டே ஆகல"

இதையெல்லாம் கேட்டுப் பேரதிர்ச்சியிலிருந்தான் இவன்.

"அவங்க ரெண்டு பேரும் அடுத்தடுத்து செத்துப்போயிருக்காங்க பவி, பேசாம போலிஸ்கிட்ட சொல்லிடலாம்னு இருக்கேன்"

"நம்ப மாட்டாங்கங்க, உங்களுக்கே சிக்கலாகிடும்"

"வேற என்னதான் பண்ணுறது நானு"

மொபைல்ல போட்டோ எடுத்தாதானே ப்ராப்ளம், அப்படியே வச்சிடுங்க, சாப்ட்வேர் ப்ராப்ளம்ங்கிறதால இன்னும் ரெண்டுநாள்ள மொபைல் ரீப்ளேஸ்மென்ட் பண்ணித்தரேன்னு சொல்லியிருக்கானுக அதுவரை மொபைலத் தொடாதீங்க".

"என்னால..."

"ப்ளீஸ்ங்க, அதப்பத்தி பேச வேண்டாம் எனக்காக ரெண்டுநாள்" எனக் கெஞ்சினாள்.

இம்முறை அவசரமாக இரண்டு நாட்களைக் கடந்து சென்றான் இவன்.

காலை 10:30 மணி.

"சார் எதுக்கும் நான் ஒரு தடவை மொபைல ரீசெட் பண்ணிப் பாத்துக்கறேன் சார்" என்றான் மொபைலை எடுத்துச் செல்ல வந்தவன்.

"இந்தாங்க" என மொபைலக் கொடுத்தான் பார்த்தி. கைகள் நடுங்குவதுபோலிருந்தது.

கம்பெனிக்காரனோடு சேர்ந்து இவனும் அந்தப் படங்களைப் பார்க்க, கடைசிப் படத்தைப் பார்த்து அதிர்ந்துபோனான். பவி ஒன்றும் புரியாமல் பார்த்தாள்.

"சார் நான் மொபைல ரீப்ளேஸ் பண்ணல நீங்கக் கிளம்புங்க"

"சார்..."

"கிளம்புங்க சார்..." என அவனைத்தள்ளாத குறையாக அனுப்பிவிட்டான்.

"என்னாச்சுங்க" என அருகில் வந்த பவியிடம் மொபைலைக் காட்டினான் பார்த்தி. உறைந்தேவிட்டாள் பவி. அது பார்த்தியின் அம்மாவின் படம்.

"எப்படி பவி?"

"நேத்து நம்ம அம்மா வந்திருந்தப்போ, குட்டிமாதான் மொபைல எடுத்துக் காட்டனும்னு அடம் பிடிச்சா, நானும் ஆஃப் ஆகிதானே இருக்குனு..." என முடிக்குமுன்.

"அடியேய்ய்ய்..." எனக் கைகளை ஓங்கினான் பார்த்தி. கட்டுப்படுத்திக் கொண்டு "எவ்ளோ கேர்லஸா இருந்திருக்கடி, அய்யோ, அம்மா..." என அழத் தொடங்கினான் "சாரிங்க, ப்ளீஸ்ங்க" எனப் பவியும் லேசாகக் கலங்க.

பவி அவன் அம்மா நம்பருக்கு டயல் செய்தாள். ரிங் போய்க்கொண்டிருந்து.

இவனுக்கும் அழுகை வந்தது. முன் சென்று நடந்ததைப் பார்க்கும் தைரியமில்லை. இம்முறை பின்சென்றான். வாட்சின் கீயை எதிர்திசையில் வேகமாகச் சுழற்ற. அதே போலக் காலப்பயணம். சட்டென நிறுத்திவிட்டுப்பார்த்தான்.

எதோ பெரிய அலுவலகம் போலிருந்து. ஆனால் மிக நவீனமாக இருந்தது. கணினித்திரைகள் போல எண்களும், எழுத்துக்களும் ஓடிக்கொண்டிருந்தது. அங்கிருந்த எதையும் இதற்கு முன் இவன் நேரில் கண்டதில்லை. அத்தனையும் புதுமை. அங்கே ஓரமாய் விக்ரம் நின்று கொண்டிந்தான். இவன் அவனருகே சென்று.

"டேய் என்னடா வாட்ச் இது? எதுக்குடா என்கிட்ட கொடுத்த?" என அவன் காலரைப் பிடித்து உலுக்க. அவன் அசைவின்றி இருந்தான்.

"அவன் பேசமாட்டான் பார்த்திபன், அவன் ஜஸ்ட் எ மாடல்" என்ற குரல் எதோ ஸ்பீக்கரிலிருந்து கேட்பது போலிருந்தது.

"நீ யாரு?"

"அத சொல்லிட்டாப் போதுமா பார்த்தி"

"விளையாடாதிங்க. என்ன நடக்குது இங்க, இதெல்லாம் உண்மைதானா, இல்ல கனவா? யாராச்சும் எழுப்பி விட்ருங்களேன் ப்ளீஸ்"

"அத்தனையும் சுத்தமான நிஜம் பார்த்திபா"

"நீங்க யாரு?"

"ஹா ஹா, நாங்களா! உங்க பாஷைல சொல்லனும்னா ஏலியன்ஸ்"

"ஏலியன்ஸா, ஏங்க நம்பற மாதிரி எதாச்சும் சொல்லுங்க, யாராச்சும் என் பர்த்டேவுக்கு இந்த மாதிரி விளையாடச் சொன்னாங்களா?"

"நீ பாத்துட்டு வந்த காட்சிகளெல்லாம் எதாச்சும் விளையாட்டு மாதிரி தெரிஞ்சதா பார்த்திபன்"

அமைதி.

"சரி என்னதான் பண்ணனும் நான் இப்ப? நான் உயிரோட இருக்கனா, செத்துப் போயிட்டனா?"

"உனக்கு எப்படித் தோணுது?"

"செத்துடலாம்னு தோணுது"

"ஹா ஹா"

"அட சிரிக்காதிங்க, ஆமா ஏலியன்ஸெல்லா சிரிக்குமா? என்ன கன்றாவிடா இது, ஒரு எழவும் புரியல!"

"ரெண்டு நிமிஷம் அமைதியா நான் சொல்லுறதக் கேட்டா எல்லாமே புரியும் பார்த்திபா"

அமைதி.

அந்தக் குரல் தொடர்ந்தது.

"எங்களுக்கு மனுஷங்களோட பாஸிடிவ், நெகடிவ் உணர்வுகளை அப்சர்வ் பண்ணுறதுதான் வேலை. அதாவது டெஸ்டிங்க மாதிரி"

"அதுக்கு ஏன்..."

"இன்னும் ரெண்டு நிமிசம் முடியல பார்த்தி"

அமைதி.

"மனித உணர்வுகளோட எக்ஸ்ட்ரீம் வரைக்கும் போய் அதோட ரிசல்ட் தெரிஞ்சுக்குவோம். உன்னோட கேஸ்ல டைம் மிஷின் மூலமா எவ்ளோ தூரம் உன்னால போக முடியுது, அங்க நடக்கற கெட்டத தெரிஞ்சுக்க உனக்குத் தைரியமிருக்கா? அப்படி கெட்ட விஷயம் நடக்கும்போது அதைத் தடுக்க நீ என்ன முயற்சி செய்யற. இல்ல எதிர்காலத்த சந்திக்க பயந்து திரும்பி வந்திடுவியா? நீ திரும்ப வந்திட்ட. இந்த மாதிரி ஒவ்வொருத்தருக்கு ஒவ்வொரு மாதிரி. அவங்க உணர்வுகள், உறவுகள், மனநிலை இதையெல்லாம் தெரிஞ்சுக்க முயற்சி பண்ணுறோம். உன்னோட டெஸ்டிங் முடிஞ்சது. இப்போ நீ பேசலாம்"

"அப்போ அங்க நடந்ததெல்லாம்"

"அது நடந்தாதான் தெரியும்?"

"புரியல"

"நடக்கும்போதுதான் புரியும்"

"எனக்குதான் நடக்கப்போறது தெரிஞ்சுடுச்சே, நான் எப்படி நிம்மதியா இருக்க முடியும்"

"அதெல்லாம் உனக்கு நியாபகமிருக்காது பார்த்தி"

"ஓஹோ, அந்த மொபைல் மேட்டர்"

"எல்லாமே நடந்தாதான் நிஜம்"

"விக்ரம் இதுல எங்க வந்தான்?"

"விக்ரம் அந்த வாட்ச கொடுக்க வைக்க ஒரு டூல் அவ்ளோதான். ஆச்சுவலா அது விக்ரம் இல்ல, எங்க ஆட்கள்லயே சிலர் மனுசங்களா மாறி உங்களுக்குள்ள வாழத் தயார் படுத்திட்டிருக்கோம். அப்படியொரு மாடல்தான் அன்னைக்கு வந்தவன்"

"ஆன அது விக்ரம் மாதிரிதானே நடந்துகிச்சு!"

"அதுதான் எங்க வெற்றி"

"சரி இதுக்கு ஏன் என்ன செலக்ட் பண்ணிங்க?"

"பார்த்திபன்கிற பேர்ல ஆயிரம் பேர செலக்ட் பண்ணோம், அதுல ரேண்டமா பைனல் பண்ணும்போது நீதான் கிடைச்ச"

"அது ஏன் பார்த்திபன்?"

"எங்களுக்குப் பிடிச்ச பேர்கள்ல ஒன்னு, போதும் நீ கிளம்பலாம்"

"கிளம்பலாம்னா எப்படி?"

"அந்த வாட்ச கழட்டி அந்தக் குட்டி மிஷின்ல போட்டு, அந்த ரெட் ஸ்விட்ச அழுத்து"

"அங்க அம்மா இருக்காங்..."

"எல்லாம் நடக்கும்போது தெரியும், இப்போ நான் சொல்றத செய் பார்த்திபன்!"

"ம்ம்", என்று வாட்சைக் கழற்றி மெஷினில் போட்டுச் சிகப்பு பட்டனை அழுத்திய அடுத்த நொடி...

அந்தச் சாதாரண நாளின் மாலைவேளையில், அலுவலகம் துறந்து வீடு செல்லும் பலரில் ஒருவனாகத் தன் வீடு நோக்கி நடந்துகொண்டிருந்த பார்த்திபனுக்கு நேரெதிரில்... இப்போது யாரும் வரவில்லை.

குப்பைக்கதை

"**பா**ர்த்தி இந்த Scrap மூமென்ட் முடியறவரைக்கும் உங்களுக்கு லீவு கிடையாது, சாரி!" என்றார் மேனேஜர்.

"சார் தங்கச்சி பொண்ணு காதுகுத்து சார்"

"புரியது பார்த்தி. But இதையெல்லாம் பிரிச்சு வைக்கும்போது நீங்கதான் guide பண்ணிருக்கிங்க, உங்களுக்குத்தான் எந்த மெட்டீரியல் எவ்ளோ வெயிட்டேஜ், வொர்த் எல்லாமே தெரியும். உங்களைத் தவிர வேற யாரு நின்னாலும் நல்லாருக்காது, ப்ளிஸ் புரிஞ்சுக்கங்க. வேற யாராவதா இருந்த இத்தனை விளக்கம் தந்திருக்க மாட்டேன், வந்தா வாங்க இல்லனா பேப்பர் போட்டுப் போங்கனு சொல்லிருப்பேன். பட் உங்கள..." என இழுத்தார்.

"தேங்க்ஸ் சார்" என எழுந்து வெளியே வந்தான்.

வீட்டுக்கடன் மட்டும் இல்லாமலிருந்திருந்தால் இந்நேரத்திற்கு "நான் பேப்பர் போட்டுக்கறேன் சார்"னு வந்திருக்கலாம். தன்னையே நொந்துகொண்டான் பார்த்தி. என்ன மாதிரியான வாழ்க்கை இது. வெறும் பணத்திற்காகத் தன்னையும், தன் சுயத்தையும் அடகு வைத்துவிட்டு, ஊரார் பார்வைக்கு சொந்தவீடு, கார் என வாழ்ந்து, தனக்கும் உண்மையின்றி, ஊருக்கும் உண்மையின்றி "ச்ச!" என வாய்விட்டு நொந்துகொண்டான் பார்த்தி. "சாரி சார்" என அருகிலிருந்தவன் குரல் கேட்டு நிதானத்திற்கு வந்தான். பார்த்தி அவனிடம் "சாரிங்க" என்றான்.

ப்ரொடக்சன் யூனிட் வழியே நடந்து தனது கேபினுக்கு வந்தமர்ந்தான். Scrap movement file இருந்தது. அதைப் பார்க்கும்போதே எரிச்சலாக இருந்தது. கம்பெனியில் பல வருடங்களாகச் சேகரித்து வைக்கப்பட்டிருந்த தேவையில்லாத பொருட்களை வெளியே எடுத்துச் செல்வதுதான் வேலை. பைலைப் பிரித்துப் பார்த்தான். மைக்கேல் ட்ரேடர்ஸ் என்ற கம்பெனி L1ஆக வந்திருந்தது. எதிலும் மனம் ஒட்டவில்லை. அம்மாவிற்கு அழைத்தான். "லீவு இல்லம்மா" என்றான் எடுத்தவுடன்.

"புரியுதும்மா வேற என்ன பண்ண சொல்லுற? வேலைய விட்டுதான் வரனும்"

...

"அவங்க என்ன நம்மள கேட்டா தேதி வச்சாங்க!"

...

"நீயே சொல்லிடும்மா" என்றுவிட்டு போனை வைத்தான்.

கேபின் இன்டர்காம் அழைத்தது. "சார் SO பேசறேன், மைக்கெல் ட்ரேடர்ஸ்னு ஸ்க்ராப் மூமென்டுக்கு வந்திருக்காங்க. அனுமதிக்கலாமா?"

"விடுங்க சார் அவங்கள. நானும் ஸ்க்ராப் ஏரியாவுக்கு வந்திடுவேன்" என்றுவிட்டு நடந்தான்.

மொபைல் அழைத்தது. மேனேஜர். "பார்த்தி வெண்டார் வந்துட்டாங்களா?"

"வந்துட்டாங்க சார்"

"ம்ம், கார்பரேட் ஆபிஸ்ல இருந்து வந்தாலும் வருவாங்க, கொஞ்சம் பாத்துக்காங்க"

"சரி சார்"

"ரொம்ப அவசியம்னா லீவு போட்டுக்கங்க பார்த்தி. நான் மேனேஜ் பண்ணிக்கறேன்"

"இல்ல சார், நான் பாத்துக்கறேன்"

"தேங்க்ஸ்"

ஸ்க்ராப் ஏரியாவுக்கு வந்தான். பழைய மோட்டார்கள், துரு பிடித்த மெஷின்கள், இரும்பு, அலுமினியம், செம்பு எனப் பிரித்து வைத்திருந்தார்கள். இரும்பு நாற்றம் மூக்கில் ஏறியது.

"வொர்க் ஸ்டார்ட் பண்ணலாமா சார்?" என்றார் SO.

இரண்டு குட்டியானை வண்டிகள் வந்தது. அதில் நின்றுகொண்டு பத்துக்கும் மேற்பட்டோர் வந்தனர். வண்டியை நிறுத்தி அதிலிருந்து வெயிட் மெசினை கீழே இறக்கி வைத்தார்கள்.

"எல்லாரும் *safe*ஆ வேலை பாக்கனும். ஓவர் வெயிட் யாரும் தூக்காதீங்க. முடியலன்னா உடனே சொல்லிடுங்க. பழைய இரும்ப எடுக்கும்போது கவனம், கையைக் கிழிச்சா செப்டிக் ஆகிடும்" எனக் கூறி முடித்தான் பார்த்தி.

"கூட்டத்திலிருந்து ஒருவன், சார் இவனுக யாருக்கும் தமிழே தெரியாது" என்று சிரித்தான்.

"உனக்கு தெரியும்ல" என்றுவிட்டு "யாரு இதுல இன்சார்ஜ்?" என்றான்.

"அப்டிலாம் யாரும் இல்ல சார். ஓனர்தான், அவரு வரக் கொஞ்சம் நேரமாகும்"

"நேரமாகுமா! அப்புறம் எதுக்குய்யா வந்திங்க?" என்றான் கடுப்பாக.

"நாங்க அப்டியே பொருளெல்லாம் பிரிச்சு வைப்போம் சார். எடை போடுறதுக்குள்ள ஓனர் வந்திடுவாரு"

"மொதல்ல அவருக்கு போன் போட்டு வரச் சொல்லு. மொத நாளே ஏம்ப்பா இவ்ளோ தொல்ல தந்துட்டிருக்கிங்க!" என நொந்துகொண்டான்.

"சார் ஒரு பத்து நிமிசத்துல வந்திடுவார்"

பார்த்தி அங்கே ஓரத்திலிருந்த சேரில் அமர்ந்துகொண்டான். வந்தவர்கள் அப்படியே தரையில் உட்கார்ந்துகொண்டு இளைப்பாறினார்கள்.

சில நிமிடங்களில் மைக்கேல் என்பவன் வர, பார்த்திக்கு அவனை எங்கோ பார்த்தது போலிருந்தது. மைக்கேலும் "நீங்கப் பார்த்திபன்தானே" என்றான்.

"மைக்கேல் நீதானா" என்றுவிட்டுக் கைக்கொடுத்தான் பார்த்திபன்.

"ஆமா பார்த்திபா, பாத்து எத்தனை வருசமாச்சு! நல்லா இருக்கியா?" என்றான்.

இருவரும் கல்லூரியில் ஒரே பிரிவுதான். மைக்கேல் யாரோடும் ஒட்டியிருக்க மாட்டான். கல்லூரி மூன்றாமாண்டில் மைக்கேல் திடீரெனக் கல்லூரிக்கு வரவில்லை. அதன்பிறகு அவனை மறந்தும் விட்டான்.

"சும்மா மச மசனு நிக்கக் கூடாது. ஏம்பா ராஜா வேலை செய்யாம சும்மா நிக்கிறதுக்கா உனக்கு சம்பளம் தருது!" என்றான் மைக்கேல்.

"யாருங்க சும்மா நின்னா, நீங்க வராம வேலை தொடங்கக்கூடாதுனு சார் சொல்லிட்டாரு. நாங்க என்னா பண்ணுறதாம்" என்றுவிட்டு "சும்மா நொண சொல்லிட்டு" என்றான் மெல்லிய குரலில்.

"வாய் மட்டும் நல்லா பேசுயா ராஜா" என்றான் மைக்கேல். "அப்புறம் பார்த்திபா, எப்படி போகுது?"

"போகுது மைக்கேல். டிகிரி முடிச்சேன். அரியர் க்ளியர் பண்ணிட்டு வேலை கிடைக்கவே நாளாகிடுச்சு. இங்க சேர்ந்தேன் நல்ல சம்பளம், கல்யாணம் ஆகி இப்போ பையன் ரெண்டு வயசு" என்றான்.

"சூப்பர்யா! இது எங்கப்பா தொழிலு. அப்பா செத்ததும் வேற வழியில்லாம உள்ள வந்துட்டேன். மாமா பொண்ணையே கல்யாணம் பண்ணிட்டேன். பையன் மூனாவது. ஒரு கைக்குழந்தை இருக்கு" என அவன் கதையைச் சொன்னான்.

மனிதர்கள்தான் மாறுகிறார்களே தவிர கதைகள் ஏறத்தாழ ஒன்றுதான்.

"இன்னிக்கு கார்ப்ரேட் ஆபிஸ்ல இருந்து வருவாங்க மைக்கேல், அதான் நீ இல்லாம செய்யக்கூடாதுனு சொல்லிட்டேன்"

"பரவால்லப்பா, உன்னோட வேலைதான. இந்தத் தொழில்ல பொறுமை ரொம்ப அவசியம் பார்த்தி, இதெல்லாம் பழகிப்போச்சு"

அதற்குள் இடம் கொஞ்சம் பரபரப்பாக. மேனேஜர் முன்னே நடந்துவர, அவர் பின்னே கார்ப்ரேட் ஆபிஸிலிருந்து வந்த மூவர்

நடந்து வந்தனர். பார்த்தி அவர்களைப் பார்த்துப் பொதுவாய் வணக்கம் வைத்தான். மூவரும் பதிலுக்குச் சிரித்தனர். வந்ததில் ஒருவர் "யாருய்யா இங்க மைக்கேல் ராஜ்" எனக் கேட்டார். மைக்கேல் கூச்சத்தோடு முன்னே வர, "என்னய்யா எங்க எல்லா ப்ரான்ச்சுக்கும் நீதான் L1ஆ வந்திருக்க, ஆபிஸே உங்க பேரத்தான் சொல்லிட்டிருக்கு" எனக் கைக்கொடுத்தார்.

மைக்கேலும் கை நீட்டிக்கொண்டே, "அப்டிலாம் ஒன்னுமில்ல சார்" என்றான்.

"வெரிகுட்! வேலையைப் பக்காவா முடிச்சுக் கொடுங்க. இவங்க கூட யாரு இருக்கிறது?" என்றார் மேனேஜரைப் பார்த்து.

"பார்த்திபன் சார்" என அவனைக் காட்ட.

"ஓகே பார்த்திபன், கூடவே இருங்க. அப்பப்போ அப்டேட் பண்ணிக்கங்க. சாரி உங்க வேலை டிஸ்டர்ப் பண்ணிட்டேன்" என்றார் மைக்கேலைப் பார்த்து.

"அப்டிலாம் இல்ல சார்"

"ஓகே டேக்கேர்" என நகர்ந்தனர்.

கொஞ்ச நேரம் இருவரும் பேசிக்கொள்வில்லை. பார்த்தி மைக்கேல் அருகில் சென்று "செமடா" என்றான்.

"என்னாச்சு?" என்றான் மைக்கேல்.

"கார்ப்ரேட் ஆபிஸ் வரைக்கும் உன்னோட பேரு ரீச்சாகியிருக்கு. நல்ல பிஸினஸ் க்ரோத்டா"

"இல்லடா, யாரு L1ஆ வந்தாலும் இதே மாதிரி வந்து சொல்லி இருப்பானுங்க. அவங்களுக்கு வேலை சுமூகமா முடியனும். இப்படி எதாச்சும் சொன்னாதான் கொஞ்சம் முன்ன பின்ன இருந்தாலும் அட்ஜஸ்ட் பண்ணிக்குவேன்னு அவங்க நினைக்கிறாங்க. அவ்ளோதான்"

"இருந்தாலும் சொந்தத் தொழில்ல இருக்க கம்பர்ட் வராதுடா. நான் பாரு தங்கச்சி பொண்ணு காதுகுத்துக்குகூட போக முடியல. இதே என்னோட பிஸ்னஸா இருந்தா நினைச்ச உடனே எங்க வேணும்னாலும் போலாம்ல" என்றான் சோர்வாய்.

"எவனாச்சும் ஷூசுப்பய சொல்லுவான் பார்த்தி. சொந்தத் தொழில்னா நினைச்ச உடனே லீவு விட்டுட்டு ஊருக்குப் போலாம், டூருக்குப் போலாம்னு. ஆனா இதுலதான் ரிஸ்க் அதிகம். நீ உன் வேலைய முடிச்சு வீட்டுக்குப் போயிட்டா அவ்ளோதான். அடுத்து கம்பெனிக்குள்ள வர்ர வரைக்கும் உனக்கு வேலை பத்தின நியாபகமே இருக்காது. இருக்கனும்னு அவசியமும் இல்ல. ஆனா நான் அப்படி இல்ல. எந்நேரமும் வேலையப் பத்திதான் நினைச்சுட்டே இருக்கனும். போன் வந்தாலே திக்குனுதான் இருக்கும். நீ சொன்னியே பங்சனுக்கு போக முடியலனு, என் ரெண்டாவது பொண்ணு பொறந்துட்டானு நியூஸ் வந்து கிளம்பறேன். அப்போ வேலை செஞ்சிட்டிருந்த ஒருத்தன் மேல கண்ணாடி விழுந்து, தோள்பட்டை எழும்பு வரைக்கும் இறங்கி, அவன ஹாஸ்பிடல் கூட்டிப்போய் ட்ரீட்மென்ட் பாக்க வச்சு, மறுபடி கம்பெனி வந்து எல்லோருக்கும் பதில் சொல்லி, திட்டு வாங்கி அவ்ளோ பிரஷர். இத்தனைக்கும் ஹாஸ்பிடல் மூனு கிலோமீட்டர்தான். என்னால போக முடியல. அடுத்தநாள் விடியும்போதுதான் பொண்ண பாத்தேன். அன்னைக்கெல்லாம் நினைச்சேன், இனிமே இந்தத் தொழிலே செய்யக்கூடாதுனு" என நிறுத்திவிட்டு சொன்னான். "எனக்குகூட உன்ன மாதிரி எட்டு மணி நேரம் வேலைக்குப் போகனும், மீதி நேரம் பொண்டாட்டி புள்ளைனு ஜாலியா இருக்கனும்னுதான் ஆசை. ஆனா முடியாது. உனக்குப் புடிச்ச மாதிரி ஒருத்தன் வாழ்ந்துட்டு இருப்பான். ஆனா அவன்கிட்டப் போய்க் கேட்டா வேற யாரு வாழ்க்கையவோ பாத்து ஆசைப்பட்டுட்டு இருப்பான். இதெல்லாம் இப்படித்தான்" என்றான் மைக்கேல்.

"கரெக்டுதான்" என்றான் பார்த்தி.

"இல்லடா சொந்தத் தொழில் பண்ண வேண்டாம்னு சொல்லல. எல்லாத்துலயும் ரிஸ்க் இருக்குனுதான் சொல்ல வந்தேன் தப்பா எடுத்துக்காத என்றான்.

"ச்ச, ச்ச புரியுதுடா"

"எதும் நினைச்சுக்காத பார்த்தி, நல்லதே நடக்கும்" என்றான்.

சில நிமிடங்களில் பார்த்தியின் மொபைல் அழைக்க எடுத்துப் பார்த்தான், அம்மா.

"சொல்லும்மா"

...

"அய்யோ எப்போ?"

...

"சரிம்மா, சரிம்மா" என்றுவிட்டு போனை வைத்தான் பார்த்தி.

மைக்கேல் அருகில் சென்று "அம்மா கூப்டாங்க, தங்கச்சி மாமியாரோட தம்பி செத்துட்டாராம். அதனால இப்போதைக்குக் காதுகுத்து கேன்சலாம்" என்றான் லேசாகச் சிரித்து.

"அவ்ளோதான், இதுக்குப் போய் பீல் பண்ணிட்டிருந்த!" என்றுவிட்டு, "ஏய் யார்ரா அவன் அலுமினியத்தையும் காப்பரையும் மிக்ஸ் பண்ணுறது. யோவ் ராஜா இதைக்கூட கவனிக்க மாட்டியா?" என்றாவறே நகர்ந்தான் மைக்கேல்.

மனம்

சிவா குளித்துவிட்டு வெளியே வரும்போது வீடே நிசப்தமாயிருந்தது. ஸ்கூல் யூனிபார்மிலிருந்த கிஷோருக்கு சோறு ஊட்டிக்கொண்டிருந்தாள் மஞ்சு. டீவியில் கார்டூன் ஓடிக்கொண்டிருந்தது சத்தமின்றி.

"என்ன ஆச்சர்யமா இருக்கு, நம்ம வீடுதானா இது! டீவி அமைதியா ஓடிட்டு இருக்கு?"

இருவரும் பேசவில்லை. "ரிமோட் எங்க?" என்றவாறே டைனிங் டேபிள் சோபா எனப் பார்வையால் தேடினான். சோபாவுக்கு அருகில் ஜன்னல் திட்டில் இருந்தது ரிமோட். எடுத்து வால்யும் பட்டனை அழுத்தினான். எந்தப் பலனுமில்லை. நன்றாக அழுத்திப்பார்த்தான். தரையில் லேசாகத் தட்டிவிட்டு முயன்றான் எதுவும் ஆகவில்லை.

"போனவாரம்தானே பேட்டரி மாத்தினோம், அதுக்குள்ள போச்சா!" என்றான் மஞ்சுவைப் பார்த்து.

அவள் தயக்கத்துடன் "ரிப்பேரா இருக்கும்" என்றாள்.

"ரிப்பேரா?" என்றவன் கிஷோரைப் பார்த்து "என்னடா நேத்தும் கீழ போட்டியா?" என்றான் மிரட்டலாய்.

"விடுங்க தெரியாம போட்டுட்டான்"

"என்ன தெரியாம போட்டுட்டான்! செட்டாப் பாக்ஸ் ரிமோட்டுல சேனல் மட்டும் மாத்தினா பரவால்ல பொழுதனைக்கும் அதுக்குள்ள இருக்க கேம விளையாடிட்டு நொட்டு நொட்டுனு தட்டிட்டிருந்தா எப்படி? அது பத்தாதுனு நீயும் கூடச் சேர்ந்து விளையாடுற! அதும் இது கம்பெனி ரிமோட்டு எவ்ளோ கேட்டுத் தொலைக்கப் போறானோ" எனக் கத்தினான்.

"ஏங்க ஸ்கூலுக்கு போற நேரத்துல அவனைத் திட்டிட்டு"

"ஆமா ஸ்கூல் போயி கிழிச்சான். ஏழு வயசாகுது இன்னும் மடில உக்காரவச்சு சோறு ஊட்டிட்டு இருக்க, அப்புறம் இப்படித்தான் இருப்பான்"

"ஒரு ரிமோட்டுக்குப் போய் இவ்ளோ பேச்சு, பாவங்க அவன்" என்றாள்.

"ம்ம் ரிமோட்டுதானே இருக்கட்டும். மாசக் கடைசி நானே பெட்ரோலுக்கு என்னா பண்ணுறதுனு தெரியாம இருக்கேன். இதுல இந்த ரிமோட்டுக்கு எவ்ளோ கேப்பானுங்கனு தெரியல. ஆயிரம், ஐநூறுன்னா எங்க போறது?" எனக் கொந்தளித்தான்.

அமைதி.

அதற்குள் பள்ளிப்பேருந்து வந்துவிட, கிஷோரை அனுப்பி வைத்தாள் மஞ்சு. சிவா அலுவலகத்துக்குக் கிளம்பினான். மஞ்சுவிடம் சரியாகப் பேசவில்லை. கிளம்பியவுடன் "ரிமோட்ட எடுத்துட்டுப் போறேன். சரி பண்ணா பாக்கலாம், இல்லனா கொஞ்ச நாளைக்கு சும்மா இருங்க" எனப் புலம்பிக்கொண்டே சென்றான்.

சிவா மார்க்கெட்டிங்கில் வேலை பார்ப்பவன். அவன் நண்பனிடம் இதுபற்றிக் கேட்டான், "அது டூப்ளிகேட் 200-க்குள்ள கிடைக்கும்டா. ஆனா ரெண்டு மூனு மாசம்தான் வரும், கம்பெனிலயே வாங்கிட்டா 500 ரேஞ்சுல வரும்டா" என்றான். சிவாவிற்கு எரிச்சலாக இருந்தது. அக்கவுண்டில் தேவைக்கான பணம் மட்டுமே இருந்தது. அவனால் டீவி பார்க்காமல் சாப்பிட முடியாது. அதனாலயே எப்படியாவது வாங்கிட வேண்டுமென நினைத்தான். யாரிடமாவது கடன் வாங்கிக் கொள்ளலாமென நினைத்து செட்டாப் பாக்ஸ் கம்பெனிக்குச் சென்றான்.

கொஞ்ச நேரம் காத்திருக்கச் சொன்னான் முன்னே அமர்ந்திருந்தவன். பின்பு அவனிடம் இருந்த ரிமோட்டை வாங்கிச் சென்றுவிட்டு "சாயங்காலம் வந்து வாங்கிக்கங்க" என்றான். "எவ்ளோ ஆகும்?" என்றான் தயக்கத்துடன். "700 ரூவாய்க்குள்ள வரும்" என்றான். சரி என்றுவிட்டுக் கிளம்பினான்.

மொபைல் அழைத்தது. மஞ்சு. "ஏங்க தொட்டுக்க கின்னத்த இங்கயே வச்சுட்டுப் போயிட்டிங்க?" என்றாள்.

"இங்க ரிமோட்டுக்கு ஆயிரம் ரூவா கேக்கறான். என்ன செய்யறதுனு தெரியாம நின்னுட்டிருக்கேன். தொட்டுக்க ரொம்ப முக்கியம்" என்று போனை வைத்தான்.

வண்டியில் போகும்போது யோசித்தான். எதற்காக இத்தனை கோபம், அவர்களுக்காகத்தானே ஓடி ஓடிச் சம்பாதிக்கிறோம். இப்படி வார்த்தைகளால் நோகடித்துவிட்டு பிறகு என்ன செய்து என்ன பலன். கிஷோரின் பிஞ்சு முகம் நினைவில் வந்தபோது மனம் கலங்கியது சிவாவிற்கு. தான் எத்தனை திட்டினாலும் பொறுமையோடு வந்து பேசும் மஞ்சுவை நினைத்தபோது குற்ற உணர்ச்சியில் தடுமாறினான். பின் மார்க்கெட்டிங்கில் மூழகிப் போய் வழக்கமானான்.

வீடு திரும்பும்போது செட்டாப் பாக்ஸ் கம்பெனிக்குச் சென்றான். வேறொருவன் இருந்தான். "சார் காலைல ஒரு ரிமோட் கொடுத்துட்டு போயிருந்தேன்"

"உங்க மொபைல் நம்பர் சொல்லுங்க"

சொன்னான்.

"ஜஸ்டு மிஸ்" என்றான் கம்ப்யூட்டரை பார்த்துக்கொண்டே.

"என்னாச்சுங்க?"

"நாளையோட நீங்க செட்டாப் பாக்ஸ் வாங்கி ஒரு வருசம் முடியப்போகுது, ஒருநாள் கழிச்சு வந்திருந்தாகூட நீங்கப் புது ரிமோட்டுக்கு pay பண்ணிருக்கனும்"

"அப்போ இப்ப pay பண்ணத் தேவையில்லையா?"

"இல்ல சார்" என்றவன் "செட்டாப் பாக்ஸ் நேரா ரிமோட் வச்சு முப்பது செகன்ட் பவர் பட்டன அழுத்திப் புடிச்சா புது ரிமோட் ஆக்டிவேட் ஆகிடும்" என்றுவிட்டு புது ரிமோட்டைக் கொடுத்தான்.

வாங்கிக்கொண்ட சிவாவுக்கு மகிழ்ச்சியைவிட குற்ற உணர்ச்சியே அதிகமிருந்தது. தான் காலையில் மகனைத் திட்டியதும், மனைவியிடம் நடந்துகொண்ட விதமும் அவன் மனதுக்கு பாரம் தந்தது. இந்தக் குற்ற உணர்ச்சியை எப்படிப் போக்குவதென்று யோசித்தான்.

ரிமோட்டுக்காக நண்பனிடம் கடனாகப் பணம் வாங்கியிருந்தான். அதைத் திருப்பி அனுப்பலாமென நினைத்தவனுக்குச் சட்டென ஒரு யோசனை. மனைவி, மகனை வெளியே அழைத்துச் சென்று உணவருந்தலாமென்று. நேரம் பார்த்தான். வீட்டுக்குப் போய்க் கிளம்ப சரியாக இருக்கும்.

வீட்டை அடைந்தான். காலிங்பெல்லை அடித்துவிட்டுக் காத்திருந்தான். மஞ்சு கதவைத் திறந்தாள்.

"வாங்க" என்றுவிட்டு உள்ளே சென்றாள். கிஷோர் சோபாவில் படுத்துக் கொண்டு மொபைல் பார்த்திருந்தான்.

தன் பையிலிருந்த ரிமோட்டை எடுத்து டைனிங் டேபிளில் வைத்தான்.

"புது ரிமோட் வாங்கிட்டேன்டா" என்றான் மகனைப் பார்த்து.

துள்ளிக் கொண்டு வந்து ரிமோட்டை எடுத்தவனிடம் "இனிமேயாவது கவனமா இருங்க!" என்றான்.

"ஏங்க காசில்லாத நேரத்துல தேவையில்லாம, இன்னும் நாலு நாள்ள சம்பளம் வந்ததும் வாங்கியிருக்கலாம்ல"

"பரவால்லவிடு! மதியம் ஆபிஸ் டென்சன்ல அப்டி பேசிட்டேன் மஞ்சு சாரி" என்றான்.

"பரவால்லிங்க" என்றாள்.

"ஏன்டி உனக்குக் கோவமே வராதா?"

"வந்தாலும் நானேதானே என்னைச் சமாதானப் படுத்திக்கனும். அதுக்கு கோவப்படாமயே இருக்கலாம். அதைவிடுங்க ரிமோட்டுக்கு எவ்ளோ ஆச்சு?"

சுருக்கென்றது சிவாவுக்கு.

மீண்டும் "சாரி மஞ்சு இதுக்குக் காசெல்லாம் ஆகல. வாரண்டில இருக்கறதால ப்ரீயாவே கொடுத்துட்டான். இதுக்குப் போய்க் காலைல அவ்ளோ பேசியிருக்கேன்னு நினைக்கும்போது, எனக்கே என்னைப் பாத்தா கேவலமா இருக்கு" இப்படியெல்லாம் கூறவேண்டுமென நினைத்தவனை எது தடுத்ததோ!? "அதான் போன்லையே

சொன்னேனே *1000* ரூவா ஆச்சுனு. பரவால்ல விடு, இனிமேவாச்சும் கவனமா வச்சுக்கங்க" என்றுவிட்டு மஞ்சுவின் முகம் பார்க்காமல் நகர்ந்தான் சிவா.

இறந்த நாள் பரிசு

அலாரத்தை நிறுத்திவிட்டு மெல்ல எழ முயற்சித்தேன். கால் கைகள் எதுவும் பேச்சைக் கேட்கவில்லை. மூளையைச் செயற்கையாய்க் கட்டுப்படுத்த நான் அனுமதிக்கவில்லை. அதில் மட்டுமாவது நான் நானாக இருந்துவிட்டுப் போகிறேன்

மெல்ல என் கை, கால்கள் என் கட்டுப்பாட்டிற்கு வந்தன. என் கால்கள் விரைத்துபோனது போலிருந்தன. எனக்குப் பிடித்த உணர்ச்சி அது. இத்தகைய உணர்ச்சியே இங்குப் பல பேருக்குத் தெரியாது. சிறுவயதில் நீண்ட நேரம் அமர்ந்தபின் எழ முடியாமல் போகச்செய்யும் நிகழ்வும், அந்நேரத்தில் என்னை அடித்துவிட்டு ஓடிப்போகும் அக்காவும், அதைக் கண்டு ரசிக்கும் அம்மாவும் என இந்தச் சாதாரண உணர்வில் பல நினைவுகள் இருந்தன. உண்மையில் நாம் சாதாரணமாய்க் கடந்த அந்த நிமிடங்கள்தான் பின்னாளில் நினைத்து ஏங்கும் ஈடில்லா நிமிடங்களாய் மாறிப் போகிறது.

என்னவோ இன்று என்னுடைய பழைய நினைவுகளெல்லாம் தானாகவே வந்து போகின்றன. சொல்ல முடியாது எனக்கே தெரியாமல் என் மூளை இவற்றையெல்லாம் நினைக்குமாறு ஏதேனும் செய்திருப்பார்கள். அவர்களால் எதுவும் முடியும்.

பல வருடங்களுக்கு முன் ஒரு வைரஸ் தாக்குதலில் மிரண்டு போன உலக நாடுகள், அதிலிருந்து வெளிவரப் பெரும்பாடுபட்டனர். கிட்டத்தட்ட எல்லா நாடுகளும் தங்கள் மக்கள் தொகையில் சில சதவீதங்களைத் தவறவிட்டிருந்தன. அந்தத் தாக்குதலுக்குப் பலவாறு காரணங்கள் சொல்லப்பட்டது. சிலர் நாம் இயற்கைக்குச் செய்த துரோகத்தின் விளைவு என்றனர். சிலர் உயிரியல் யுத்தம் என்றனர். ஆனாலும் அறிவியல் முன்னேற்றத்தில் எந்தக் குறைவுமில்லை.

அறிவியலின் அபரீத வளர்ச்சி, மண்ணைத் தாண்டி விண்ணையும் சீண்ட. நாம் கற்பனையாய், கதைகளாய்க் கேட்ட அந்த உயிரினங்களை அச்செய்கை தீண்டி, அவர்கள் நம் உலகினுள் நுழைய நம்மையறியாமல் நாமே ஏதோ வழியைத் திறந்துவிட்டோம்.

ஆரம்பத்தில் நமக்குச் சேவகம் செய்யும் அடிமைகளாய் இருந்தார்கள். நமக்கும் அத்தகைய அடிமைகள் தேவைப்பட்டனர். விட்ட இடத்தைப் பிடிக்க மனிதர்களின் உழைப்பு போதாமல் திணறிக்

கொண்டிருந்த பெரு முதலாளிகளுக்கு அவர்கள் மூச்சுக் காற்றாய்க் கிடைத்தார்கள்.

'நம்மாளா இருந்தா கேள்வி கேப்பான். சங்கம்னு சொல்லுவான். அவனுக மாடா உழைப்பானுங்க. கேள்வி கேக்க மாட்டானுங்க. கொடுத்தத வாங்கிட்டு சொன்னதைச் செய்வானுக' எனக்கூறி இதற்கு முன்பே தன் நில மக்களுக்கான வேலை வாய்ப்புகளை எங்கிருந்தோ வந்தவருக்குக் கொடுத்துப் பழகிய பெரு முதாலாளிகளுக்கு இது ஒன்றும் புதிதல்ல.

இப்போது வேற்றுக்கிரகவாசிகள் என்பதே தேசவிரோதச் சொல் என அறிவித்திருந்தார்கள். ஆனாலும் அவர்களை அப்படி அழைப்பதில்தான் எனக்கு மகிழ்ச்சி. உண்மையும் அதுதான். அவர்களின் வருகைக்கு யூகமாகவும், உண்மையாகவும் பல காரணிகள் இருந்தன. அத்தனை நாட்களும் அவர்கள் எங்களோடே ஊடுருவி, சமயம் பார்த்து, தங்களை வெளிப்படுத்திக் கொண்டதாகவும், பல கிரகங்களை வென்று வரும் வழியில் யதார்த்தமாகவே நம் கிரகத்தை அடைந்ததாகவும் பல கதைகள் கூறப்பட்டன. அவர்கள் வருகைக்கான உண்மைத்தன்மையை அறியுமளவிற்கு யாருக்கும் துணிவில்லை. அவர்கள் வருகையென்பது வருகையாக மட்டும் இல்லை.

முதலில் அடிமைகளாக இருந்தவர்கள், பின்னர் ஆள்பவர்கள் ஆனார்கள். அவர்களது வளர்ச்சி, வளர்ச்சியாக மட்டுமில்ல பேரழிவாக இருந்தது. விரும்பியதை அழித்தார்கள். மனித குலத்தின் உன்னதங்களைச் சிதைத்தார்கள். மனிதக் கட்டமைப்பை அடித்து நொறுக்கினார்கள். சில மனிதர்களை மட்டும் தேர்ந்தெடுத்து வைத்துக்கொண்டார்கள். மற்றவர்களை இரக்கமின்றி அழித்தார்கள். முன்னரே உலக நாடுகளைத் தாக்கியிருந்த வைரஸ் அவர்கள் வேலையை எளிமையாக்கிவிட்டிருந்தது. எங்கும், எங்கெங்கும் இறப்பு, இழப்பு. மரண ஓலங்கள். வலியின் கூச்சல்கள். சிரிப்பை நினைத்துப் பார்க்க முடியாத அளவிற்கான அழிவு. போர் இல்லை. ஓர் ஆதிக்கக் கையின் குரல்வளை நசுக்கல். எதிர்ப்பே இல்லாத அழிவு. அவர்களுக்குத் தேவையானதை அற்புதமாய்ப் பாதுகாத்தார்கள்.

அப்படி பாதுகாக்கப்பட்டவர்களில் நானும் ஒருவன். நான் கண்விழிக்கவே இரண்டு வருடங்களுக்கு மேலாகியிருந்தது. உண்மையில் நான் இறந்துவிட்டேன். இது அவர்கள் தந்த உயிர். என் வயதைக் கணக்கிட முடியவில்லை. இருப்பினும் அவர்களுக்கு நான் தேவைப்பட்டேன் என்பதால் என்னை வைத்திருந்தார்கள். செயற்கை இதயம் பொறுத்தியிருந்தார்கள். என் சிந்தனை மட்டும் அப்படியே

இருந்தது. அவர்களால் அத்தனையும் முடிந்தது. மாயாஜாலம் எதுவும் செய்யவில்லை. ஆனால் மிகச்சரியாகச் செய்தார்கள்.

முதுகுக்குக் கீழே நான்கங்குல வாலையும், வலது தோளில் நின்றுகொண்டிருந்த ஆன்டனாவையும் நீக்கிவிட்டுப் பார்த்தால் சக மனிதனாகவே இருப்பார்கள். உலகத்தையே மாற்றிவிட்டார்கள். அந்த ஆன்டனாதான் அத்தனை தகவல் பரிமாற்றத்திற்கும் காரணம். நினைவுகளைக்கூட படித்தார்கள். மனிதனை அவர்களால் உருவாக்க முடியவில்லை. மற்ற அனைத்தும் முடிந்தது. அதற்கான நுட்பத்தைக் கண்டறிய முயற்சித்துக் கொண்டிருந்தார்கள்.

இவர்கள் வருகைக்கு முன்பும், யாரையும் எதிர்த்து கேள்வி கேட்டிடாத, அரசாங்கங்கள் சொல்லும் அத்தனையும் கேட்டுக்கொண்டு பணம் வாங்கி கொண்டு வாக்களித்து, பின்பு பணம் வாங்கி வாக்களித்தவனைத் திட்டி, காதலை மறந்து பெற்றவர்களுக்காய் மணமுடித்து வாழ்ந்து சற்று வளைந்து கொடுக்கக்கூடிய, நேரடியாகச் சொல்ல வேண்டுமெனில், முதுகெழும்பற்ற ஒரு பிரஜைதான் நான்.

அவர்களுக்கு என் தேவை, கலை சார்ந்து இருந்தது. நான் ஒரு ஓவியன். என்னோடே சில துறை சார்ந்தவர்களை அவர்கள் பாதுகாத்து வைத்திருந்தார்கள். பெரும்பாலும் கவிஞர்கள், ஆராய்ச்சியாளர்கள். தொல்பொருள் ஆய்வாளர்கள் போன்றோரே இருந்தனர். என்போல் அல்லது என்னைவிட சிறப்பாக ஓவியம் வரையும் பலரை உருவாக்கிவிட்டார்கள். ஆனாலும் அவர்கள் திருப்தி அடையவில்லை. என் சிந்தனை யாருக்கும் வரவில்லை என்றே எண்ணியிருந்தார்கள். நான் வேண்டுமென்றே சுமாராக வரைந்தால்கூட கொண்டாடினார்கள். அவர்களை எதோ ஒருவகையில், என் சிந்தனை மகிழ்வித்துக்கொண்டே இருந்திருக்கிறது.

என் உயிரை என் சிந்தனை பாதுகாத்து வந்தது. கடந்த வருடம் அதற்கும் முடிவு கிடைத்தது. அவர்களில் ஒருவன் என் சிந்தனையைப் பெற்றுவிட்டதாய் நினைத்தார்கள். எனக்கு தேதி குறித்தார்கள். இன்றுதான் நான் இறக்கப்போகும் நாள்.

எங்கோ கற்பனையாய் நாம் நினைத்துக் கொண்டிருந்தவர்கள் இங்கு வந்து எங்களை ஆண்டு கொண்டிருந்ததை ஒரு கெட்ட கனவாக நினைத்து பலமுறை எழ முயற்சித்து தோற்றதுண்டு. ஆனால் உண்மையிலும் உண்மை இது.

அவர்களுடைய விஞ்ஞானங்களில் பல எனக்கே புரியவில்லை. ஆரம்பத்தில் அது விஞ்ஞானம் என்றே புரியவில்லை. எதோ மாயை போலிருந்தது. அவர்கள் எங்களோடு கலந்துவிட்டார்கள். எங்களுக்கும் செயற்கை வால் மற்றும் ஆன்டனாவைப் பொறுத்திப் பார்த்துச் சிரித்தார்கள். அவர்களுக்குத் தேவையானவர்கள் என்ன செய்தாலும் மன்னித்தார்கள். தற்கொலை முயற்சிக்கு மட்டும் தண்டனை அளித்தார்கள்.

வினோதமான தண்டனை. உங்களுக்கு நெருக்கமானவர்கள் கொடூரமாக இறப்பதை உங்கள் கண்முன் காட்சிப் படுத்துவார்கள். திரும்பத் திரும்பப் பார்க்க வேண்டும். இதில் கொடுமை அவர்கள் இருக்கிறார்களா இறந்துவிட்டார்களா என்பதே நமக்குத்தெரியாது. இருந்தாலும் மனம் துடித்து வெடிக்கும்.

எனக்கு இறந்தநாள் பரிசாக என்ன வேண்டுமென்று கேட்டு, சில விஷயங்களைத் தேர்ந்தெடுக்க வாய்ப்பு கொடுத்தார்கள். அதில் நான் தேர்ந்தெடுத்த ஒன்று நான் என் கடந்த காலத்திற்குச் சென்று, நான் விரும்பிய ஏதேனும் மூன்று நிமிடங்களைக் கண்டுவிட்டு வர முடியும். இதில் எந்த ஆச்சர்யமும் இல்லை, அவர்களைப் பொறுத்தவரை காலப்பயணம் என்பதும் சாதாரணப் பயணம் போன்றதே. ஆனாலும் கடந்த/ எதிர்காலங்களில் அவர்களால் எவ்வித மாற்றத்தையும் நிகழ்த்த முடியவில்லை. பார்வையாளர்களாக இருக்கலாம் அவ்வளவே.

"வணக்கம் ஓவியரே, உங்களோட கடைசிநாள் சிறப்பாக அமைய வாழ்த்துக்கள்"

"நன்றி"

"நீங்க ரெடியாகிட்டிங்களா?"

"ம்ம்"

"என்னைக்கு, எந்த நிமிடம்னு தீர்மானம் பண்ணியாச்சா?"

"பண்ணிட்டேன்"

"எங்கள் உலகத்துக்கு நீங்க ஏதேனும் செய்தி சொல்ல விரும்பறீங்களா?"

'எங்கள் உலகம்' என்றது என் முகத்தில் அறைவது போலிருந்தது, ஒரு விஷயம் சொல்லனும் என்றேன்.

"தாராளமா"

"கூடிய சீக்கிரம் எங்களோட உலகம், வேற்றுகிரகவாசிகள்கிட்ட இருந்து விடுதலையடையனும்"

"உங்கள் கருத்து ஆட்சியாளர்களுக்கு எதிரானது என்பதால், இது இங்கேயே அழிக்கப்படுகிறது"

"பரவால்ல"

"விதிமுறைகள் தெரியுமில்ல, நீங்கத் தேர்ந்தெடுத்த உங்கள் கடந்தகால நிமிடங்களை நீங்கப் பாக்கலாம். உங்களுக்கான மூனு நிமிஷம் முடிஞ்சதும். உங்கள் உயிர் பிரிஞ்சிடும். அதன் பிறகு உங்க உடம்ப நாங்க அழிச்சிடுவோம்"

"தெரியும்"

"நீங்கப் போகனும்னு நினைக்கிற நாள் மற்றும் நிமிடத்தைப் பதிவு செய்யலாம். பதிவு செய்யறதுல குழப்பம் இருந்தா நான் உதவி செய்யறேன். அந்த மதிப்பில்லாத மூன்று நிமிஷத்தைத் தவறவிடாம இருக்கனுங்கிற நல்ல எண்ணத்துல சொல்றேன்".

"இல்ல எனக்கு நியாபகம் இருக்கு"

"சரி. இத்தனை நாட்களாய் எங்களை உங்கள் ஓவியக் கலையால் மகிழ்வித்ததற்கு நன்றி"

"ம்ம்"

"இதுக்குள்ள உக்காந்து, மானிட்டர்ல உங்களுக்கான நிமிடத்தைப் பதிவு பண்ணலாம்"

"சரி"

"நீங்கப் பதிவு செஞ்ச பத்து வினாடிகள்ல, அந்த நிமிடத்துக்குள் நீங்கப் போயிருப்பிங்க"

"ம்ம்"

"உங்கள் இறந்தநாள் பரிசு உங்களை மகிழ்விக்கும் என நம்புகிறோம், நன்றி"

பத்து. ஒன்பது. எட்டு... இரண்டு. ஒன்று.

நான் படித்த பள்ளியின் வகுப்பறையின் நடுவில் நான் நின்றிருந்தேன். ஒன்பதாம் வகுப்பு 'இ' பிரிவு என்று போர்டில் எழுதியிருந்தது. என்னைத் தேடினேன். சிறுவனாய் மூன்றாவது பெஞ்சில் கீழே குனிந்து எதையோ கிறுக்கிக் கொண்டிருந்தேன்.

"டேய் குமரேசா!" என்றார் வாத்தியார், நானும் அவனும் ஒன்றாய் திரும்ப, "இங்க காட்டுக் கத்துக் கத்திச் சொல்லிக் கொடுத்திட்டிருக்கேன், நீ என்னடா செஞ்சிட்டிருக்க?"

"சார், சார்" என்றேன் சிறுவன் குமரேசனாய்.

"எதையோ வரைஞ்சிருக்கான் சார்" என அருகிலிருந்தவன் சொல்லிக் கொடுக்க.

"என்னது?" என்று என்னருகில் வந்தவர், சிறுவன் குமரேசன் வைத்திருந்த பேப்பரைப் பிடுங்க முயற்சி செய்ய, அவனும் அதைக் கொடுக்காமல், இறுகப் பிடிக்க, ஒரு வழியாக அவனிடமிருந்த அந்தப் பேப்பரைப் பிடுங்கி பார்க்க, அதில் அவரையே கண்டு சற்று வாயடைத்தார்.

"இப்போ வரைஞ்சியா?"

"ஆமா சார்"

"சட்டெனப் பேப்பரை உயர்த்தி மாணவர்களிடம் காட்டினார். அருமையா வரைஞ்சிருக்கான்டா" எனக்கூறி குமரேசனின் தோளில் தட்டி, "அதுக்குனு வகுப்பு நேரத்துல உக்காந்து இதெல்லாம் வரையக் கூடாது இனிமே சரியா"

"சரி சார்"

"நல்லா முயற்சி செஞ்சா, இத வச்சே நீ பொழச்சுக்கலாம்டா. என்னைய வரைஞ்சியே, இத நானே வச்சுக்கவா?"

"சரி சார்"

"பசங்களா, குமரேசன் நல்ல ஓவியரா வரனும்னு நினைச்சு எல்லாரும் கைத் தட்டுங்கடா"

அனைவரும் கைத்தட்டத் தொடங்க, அவர்கள் கைத்தட்டலின் ஓசை, நான் வாழ்ந்த ஓட்டு வீட்டின் மேல் விழும் மழைத்துளிகளின் பேரோசையாய்க் கேட்க, அத்துளிகளில் நனையத் தொடங்கிய நான் மெல்ல மெல்லக் கரையத் தொடங்கியிருந்தேன்.

OTP

"**சா**ர் இந்தாங்க டீ! வேற எதாச்சும் வேணுமா?" என்ற குரல் கேட்டுக் கலைந்தேன்.

"போதும்பா" என்றேன்.

"தம்பி ஒரு டீயும், முட்ட பப்ஸும் கொண்டுவா" என்றவாறே எனக்கெதிர் இருக்கையில் வந்தமர்ந்தவருக்கு ஐம்பது வயதுக்கு மேலிருக்கும். அவரைப் பார்த்ததும் அனிச்சையாகத் தாடையில் இருந்த மாஸ்க்கை மூக்கிற்கு கொண்டுவந்தேன். அவர் கண்கள் லேசாகச் சுருங்கி புன்னகைத்தது. நானும் புன்னகைத்தேன். "யாருமே மாஸ்க் போடுறதில்லங்க. மறுபடி லாக்டவுன் போட்றுவாங்க போல. நம்மாளுகளுக்குக் கொஞ்சங்கூட அவர்னஸ் இல்ல" என்றார்.

"ஆமாம்" என்பது போலத் தலையசைத்தேன்.

பேசிக்கொண்டிருந்தவர் சட்டென மாஸ்க்கை கீழிறக்கி 'பொளீச்'சென்று தும்மிவிட்டு மீண்டும் மாஸ்கை அணிந்து கொண்டார். அதற்குமேல் பேச வாய்ப்பளிக்காமல் என்னுடைய டீயை எடுத்து உறிஞ்சத் தொடங்கியிருந்தேன்.

என் வாழ்க்கைக்குக் கொஞ்சமும் தொடர்பில்லாத ஒரு ஊரில், யாரோ ஒரு முகமறியாதவனுக்காகக் காத்திருந்தேன். என் காத்திருப்புக்கான காரணத்தை மீண்டும் அசைபோடத்தோடங்கினேன்.

கொஞ்சநாள் முன்பு எங்கள் ஏரியா ப்ரவுசிங் சென்டர் ஒன்றில் "சார் ஆதார் கார்டுல அட்ரஸ் மாத்தனும்" என்ற என்னைப் பார்த்த கடைக்காரர், "அட்ரஸ் ப்ரூப் ஒரிஜினல் இருக்கா?" என்றார்.

"ம்ம்"

"நூத்தம்பது ரூவா ஆகும்"

ஈ-சேவை மையத்திற்கு காலை நேரமே சென்று முப்பது டோக்கன்களில் ஒன்றை நான் வாங்கி, அதன்பின் அன்றைய

பொழுதில் பாதியைக் கழித்துவிட்டு மலிவாக இந்த வேலையை முடிக்குமளவிற்கு எனக்கு அவகாசமில்லை. இந்த முகவரி மாற்றத்தை வைத்துப் பல வேலைகள் கிடப்பில் இருக்கிறது.

நூத்தம்பது ரூவாய்க்கு ஒத்துக்கொண்டு என் ஆதார் கார்டையும், கேஸ் பில்லையும் கொடுத்தேன்.

"OTP வரும், போன் கைல இருக்கா?"

அப்போதுதான் நியாபகம் வந்தது, அந்த எண்ணை அம்மாவின் உபயோகத்திற்கு கொடுத்தது. அதை ரீசார்ஜ் செய்தும் பல நாட்களாகிவிட்டது. "போன் வீட்டுல இருக்கு, நா கேட்டுச் சொல்றேன்"

அந்த எண்ணுக்கு அழைத்தேன், நல்லவேளை ரிங் போனது. சில நொடிகளில் "ஹலோ" புதிய குரல்.

"ஹலோ யாருங்க?" என்றேன்.

"நீங்கதான் கூப்பிட்டிருக்கிங்க, உங்களுக்கு யாரு வேணும்?"

"ஹலோ, இந்த போன் எங்க இருந்து கிடைச்சது? இது எங்கம்மா நம்பருங்க!" சற்று பதட்டமானேன்.

"இது என்னோட நம்பர், வாங்கி ஒருவாரம் ஆச்சு. வச்சிடறேன்" என அழைப்புத் துண்டிக்கப்பட்டது. சில விநாடிகள் காதிலேயே மொபைல் வைத்திருந்தேன்.

"என்னாச்சு சார்?"

"இல்ல ஒன்னுமில்ல, நான் அப்புறம் வரேன்" என ஆதார் கார்டையும், கேஸ் பில்லையும் திரும்பப் பெற்றுக்கொண்டுக் கிளம்பினேன். அப்போதே மனைவிக்கு போன் செய்தேன்.

"அட்ரஸ் மாத்திட்டிங்களா?"

"அம்மா எங்க?" என்றேன்.

"வாக்கிங் போயிருக்காங்க ஏங்க என்னாச்சு?"

"ஒன்னுமில்ல, அம்மாவோட போன் எங்க?"

"இங்கதான் டேபிள் மேல இருக்கும்"

"நீ எப்போ பாத்த?"

"என்னாச்சுங்க? இந்தா இங்கதான் இருக்கே! இப்போ என் கையிலதான் வச்சிருக்கேன்"

"சரி நேர்ல வந்து சொல்றேன்" என போனை வைத்தேன்.

வீட்டுக்குள் நுழையும்போதே கொஞ்சம் பதட்டமான விசாரிப்புகள்.

"ஏங்க என்னாச்சு?"- மனைவி.

"ஏன்டா எதும் பிரச்சினையா?" - அம்மா.

"அதெல்லாம் ஒன்னுமில்ல, அந்த மொபைல்ல முக்கியமான நம்பர்லாம் வச்சிருந்தேன், பாத்து ரொம்ப நாளாச்சே இருக்கானு சந்தேகம்"

"சரியான ப்ரசர் புடிச்ச மனுசன். நாங்க என்னவோ ஏதோன்னு பயந்துட்டோம். அட்ரஸ் மாத்திட்டிங்களா?"

"ம்ம், மாத்திட்டேன். பத்து, பாஞ்சு நாளாகும்" என் அம்மாவுக்குக் கொடுத்த நம்பரைக்கூட ரீசார்ஜ் செய்யாமல் விட்டுவிட்ட மகனாகவும், நாற்பது வயதில், பத்தாவது படிக்கும் மகனின் தந்தையாகவுமாகிய எனக்கு இந்தப் பொய் நியாயமாகவே தோன்றியது. ஏற்கனவே என் பொறுப்பு பற்றிய அவநம்பிக்கை என் மனைவிக்கு உண்டு. அதை உறுதி செய்ய விரும்பவில்லை.

கொஞ்ச நேரம் நானே என்னை ஆசுவாசப்படுத்திக்கொண்டேன். யாருக்கோ என்பது போல் "ஆமா ஆதார்ல OTP வருமே அந்த நம்பர் மிஸ்ஸாகிடுச்சுன்னா எப்படி மறுபடி ரெகவர் பண்ணுறது?" என்றேன் முரளியிடம்.

"அய்யயோ அவ்ளோதான் ரொம்ப கஷ்டம்! ஏன்டா அந்த நம்பரக்கூட பத்திரமா வச்சுக்க மாட்டியா. மொபைல் நெட்வொர்க் காரன் மூனு மாசம் டைம் கொடுப்பானே அத்தனை நாளாவா ரீசார்ஜ் பண்ணல. என்னடா..."

"இல்லடா எனக்கில்ல, என் ப்ரெண்டு..."

"யாரு கார்த்தியா? நினைச்சேன்டா. அவன் ஒழுங்கா இருந்திருந்தா அந்தப் பொண்ணு அவனவிட்டு..."

"முரளி இங்க சிக்னல் இல்ல, ஒரு அஞ்சு நிமிசம் கழிச்சு கூப்பிடுறேன்" என அழைப்பைத் துண்டிக்க முயற்சி செய்தேன். அப்போதும்கூட நான் பயன்படுத்தும் நெட்வொர்க் பற்றி விசாரித்துத் திட்டிக்கொண்டிருந்தான். நான் அழைப்பைத் துண்டித்துவிட்டேன். தவறான நபரிடம் விசாரித்துவிட்டேன்.

அடுத்தநாள் ஆபிஸில் ரகுவிடம் இதுபற்றிக் கேட்டேன், "குணா வேலையாகனும்னா இப்போ அந்த நம்பர் யாருகிட்ட இருக்கோ அவன்கிட்டயே *OTP*ய கேட்டு வாங்குறது ஈஸியான வழி"

"தருவானா?"

"மாட்டான். பேசிப்பாரு, கெஞ்சிக் கேளு. இப்போ மொபைல் நம்பர மாத்துறது பிரச்சினை இல்ல. ஆனா உனக்கு வேலை சீக்கிரம் முடியனும்னா அவங்கிட்ட கேளு. முயற்சிதானே, செஞ்சுப் பாரு"

"சரி ரகு, யாருகிட்டயும் சொல்லிக்காத!"

"அட இதென்ன கொலக்குத்தமா. அவனவனுக்கு இருக்கிற பிரச்சினைல நீ போனுக்கு ரீசார்ஜ் பண்ணாம விட்டதத்தான் பேசப்போறானுகளா? நீ ஒரு ஆளுப்பா" கொஞ்சம் ஆறுதலாய் இருந்தது.

சாயங்காலம் பார்க்கிங்கில் *Q&C* டிபார்ட்மென்ட் ஜோசப் (நான் *production* டிபார்ட்மென்ட்) என்னருகில் வந்து, "*OTP* சொன்னா பாருங்க, இல்லனா நம்ம ப்ரெண்டோட தம்பி சம்சாரம் கலெக்டர் ஆபிஸ்ல இருக்காங்க முயற்சி பண்ணுவோம்" என்றார் தேடிவந்து. "அடேய் ரகு"

அதற்கடுத்தநாள் சற்று தைரியத்தை வரவழைத்துக்கொண்டு அந்த நம்பருக்கு அழைத்தேன்.

"ஹலோ"

"சார் வணக்கம், என்பேரு குணசேகர்"

"ம்ம், சொல்லுங்க என்ன வேணும்?"

"சார், ஆக்சுவலா நீங்க வச்சிருக்க நம்பர் நான் முன்னாடி யூஸ் பண்ணிட்டிருந்த நம்பர்"

"சரி"

"இந்த நம்பரத்தான் ஆதாருக்கு கொடுத்திருக்கேன்"

"சார் கொஞ்சம் சீக்கிரம் சொல்லுங்க"

"இல்ல சார், இப்போ ஆதார்ல அட்ரஸ் மாத்துறதுக்கு அந்த போன்ல வர்ர OTP வேணும். நான் இங்க அட்ரஸ் மாத்தும்போது உங்களுக்கு கால் பண்ணுறேன், நீங்க OTP சொல்ல முடியுமா?"

"சாரி சார், முடியாது. கோவிச்சுக்காதிங்க!"

"சார், ஒரு நிமிசம் சார். இத வச்சு நிறைய வேலை பாக்கி இருக்கு சார். முக்கியமா நான் ஒரு பொறுப்பில்லாத மனுசனா என் குடும்பத்துக்கு முன்னாடி நிக்க வேண்டியிருக்கும் சார், ப்ளீஸ்" அழைப்பு துண்டிக்கப்பட்டது.

என்னையே நொந்துகொண்டேன், இது எத்தனை பெரிய அவமானம். எங்கள் பழைய இடத்தை விற்க ஒரு நல்ல ஆள் கிடைத்து, அவர் யதார்த்தமாய் "லோக்கல் அட்ரஸ் ப்ரூப் எதாச்சும் இருக்குமா? ரெஜிஸ்ட்ரேசனுக்கு அவசியமில்ல. எனக்கு ஒரு நம்பிக்கைக்குத்தான்" என்றார்.

"என் ஆதார் இந்த அட்ரஸ்லதான் இருக்கு" என்றுவிட்டேன், முகவரியை எளிதாய் மாற்றிவிடலாமென நினைத்து.

அந்தப் பொய் இப்போது என் பொறுப்பில்லாமையை யாரோ ஒருவனிடம் சொல்லிப் புலம்ப வைத்திருக்கிறது. "ச்ச, என்ன மனுசன் நான்!"

மொபைல் அழைத்தது, அந்த எண்ணிலிருந்து. "போன்லயெல்லாம் சொல்ல முடியாது. வேணும்னா நேர்ல வாங்க. உண்மைன்னா பக்கத்துல இருந்து சொல்றேன்" என்றார்.

"நீங்க எந்த ஊரு சார்?"

"திருச்சி, துவாக்குடி தெரியுமா?"

"ம்ம், தெரியும் சார். IITகூட இருக்கே"

"ஆமா நாளைக்கு காலைல வந்திடுங்க, ப்ரவுசிங் சென்டர்ல போய் வேலைய முடிக்கலாம்"

"ரொம்ப, ரொம்ப தெங்க்ஸ் சார் உங்க பேரு"

"ரஞ்சித், நீங்க எந்த ஊரு?"

"ஈரோடு, முத்தம்பாளையம்"

"சரி வாங்க". அழைப்பு துண்டிக்கப்பட்டது.

போன் அழைத்தது, மீண்டும் கலைந்தேன், அவர்தான். *"சார் பேக்கரிக்கு வெளிலதான் இருக்கேன் வாங்க"*

"இந்தா வந்துட்டேன் சார்" என வேகமாக வெளியேற முயன்றேன், *"சார் டீக்காசு?"* எனக் குரல் கேட்டு கல்லாவில் பணத்தைக் கொடுத்துவிட்டு வெளியே வந்தேன்.

மூன்று சக்கர ஸ்கூட்டியிலிருந்து எனக்குக் கையசைத்தார் ஒருவர், கொஞ்சம் தயங்கி அவரிடம் சென்றேன். மாஸ்கை விலக்கி *"ஹலோ சார்"* என்றேன்.

"குணா நீங்கதானே, நான் ரஞ்சித்" எனக் கைக்கொடுத்தார். என் வயதுதான் இருக்கும். வண்டில ஏறுங்க போலாம் என்றார்.

சற்று சிரமப்பட்டு ஏறி உட்கார்ந்துகொண்டேன். கொஞ்ச தூரத்திலிருந்த ப்ரவுசிங் சென்டரில் வண்டியை நிறுத்தினார். நான் இறங்க, அவரும் இறங்கி, வண்டியில் மட்டமாகச் சொருகப்பட்டிருந்த கைத்தடிகளைப் பற்றிக்கொண்டு சற்று விந்தி நடக்கத் தொடங்கினார்.

"சாரி சார் உங்கள டிஸ்டர்ப் பண்ணிட்டேன்"

"பரவால்லைங்க. இப்போலாம் யாரையும் நம்ப முடியறது இல்ல. அதும் இந்த லாக்டவுன்லயே பாருங்க நிறைய ஆன்லைன் ஸ்கேம். *OTP*லாம் சொல்லுற அளவுக்குத் தைரியமும், நம்பிக்கையும் இல்ல"

"பரவால்ல சார். இதுக்காவது ஒத்துக்கிட்டிங்களே. இதுவே பெரிய விஷயம். இது என்ன யூனிபார்ம்?" என்றேன்.

"பிஹெச்எல். லஞ்ச் டைம்ல வந்தேன், இங்க வேற ஒரு வேலை இருக்கு"

"சரி சார்"

என்னுடைய ஆதார் வாங்கிப்பார்த்தார். நான் வந்த வேலை முடிந்தது. "எதுத்தாப்ள கொஞ்ச தூரம் நடந்தா பஸ் ஸ்டாப் வந்திடும். நான் இந்தப் பக்கமா போறேன்"

"பரவால்ல சார், நான் போயிக்கறேன்"

"இனிமே இந்த ஆதார் OTP எதும் பிரச்சினைன்னா போன்லயே கேளுங்க. ஆனா ஆதார் OTP மட்டும்தான்" எனச் சிரித்தார். ஏனோ காரமின்றி என் கண்கள் கலங்கியது.

"ஒன்னு சொல்றேன் குணா, கோவிச்சுக்காதீங்க! நம்ம வீக்னஸ யாருகிட்டயோ சொல்லுறதுக்கு பதில், கெஞ்சுறதுக்கு பதில், பொண்டாட்டிகிட்டச் சொல்லிடுறது நல்லது. தப்பா சொல்லிருந்தா சாரி" எனக் கிளம்பினார்.

பேருந்துப் பயணம் முழுக்க அந்த மனிதன் என் மனதை நிறைத்திருந்தார். இந்த நிகழ்வும், இந்தச் சந்திப்பும் என் வாழ்வில் மறக்க முடியாததென அப்போதே உறுதியானது.

அதற்கடுத்த சில நாட்களில் ஆதாரில் அட்ரஸ் மாறிவிட, பிறிதொரு நாளில் ரெஜிஸ்ட்ரேசனுக்குத் தயாராகியிருந்தோம். எங்களிடம் நிலம் வாங்க இருப்பவர் நேரடியாய்ப் பதிவு அலுவலகத்துக்கே வந்துவிட,

"ஆதார் கார்டு லோக்கல் அட்ரஸ் ப்ரூப்" என நீட்ட, அதைக் கண்டுகொள்ளாமலேயே "ஓஹோ பரவால்லைங்க இருக்கட்டும் ரெஜிஸ்ட்ரர் காட்டிடுங்க" என்றுவிட்டு அலட்சியமாய் நகர்ந்தார்.

ஆதார் கார்டைப் பார்த்தேன், குணா என்னைப் பார்த்துச் சிரித்தான்.

மாலைப்பொழுதின்

பிராட்வே பேருந்து நிலையத்தின் நிழற்கூடை. மக்கள் கூட்டத்தில் நின்றிருந்தாள் ஆதித்யா. தனக்காகவோ தான் சார்ந்தவருக்காகவோ, தனக்கு பிடித்தவருக்காகவோ, கடமைக்காகவோ எனப் பொருட்கள் வாங்க வந்துகொண்டும் சென்றுகொண்டுமிருந்தார்கள் மக்கள்.

அங்கே இயங்கிக் கொண்டிருந்த பேருந்துகளுக்கும் மக்களுக்கும் பெரிய பேதமில்லை. எல்லாம் கடமைக்காக நிகழந்துகொண்டிருந்தது. ரத்தமும், சதையுமாய்த் தன்னருகே, தன்னை உரசிச் செல்லும் மனிதர்களின் முகம் காணக்கூட நேரமில்லை.

ஒரு கிழவி ஒரு கையில் கைத்தடியுடன் வந்து அவளருகில் நின்று கை நீட்டினாள். எதுவும் கேட்கவில்லை. தரையைப் பார்த்து நின்றாள் கிழவி.

"நம்மூர்லதான் அடுத்தவன்கிட்ட ஓசில காசு வாங்கறதே ஒரு தொழிலா நடந்திட்டிருக்கு ஆதி. இதுகளுக்கெல்லாம் என்ன கொறச்சல்! தயவு செஞ்சு இதெல்லாம் *encourage* பண்ணாத" என்று விமல் சொன்னது நினைவில் வந்தது.

தோள்பட்டையில் ஊஞ்சலாடிக் கொண்டிருந்த கைப்பையிலிருந்து பத்து ரூபாயை எடுத்து அந்தக் கிழவியின் கையில் வைத்தாள். உணர்வற்ற ஒரு வணக்கத்தை, பொதுவாக வைத்துவிட்டு நடக்கத் தொடங்கினாள் கிழவி. விமல் சொன்னதை மீறியது ஆதிக்கு இதமாக இருந்தது. அடைத்தத் தொண்டைக்குத் தண்ணீர் விட்டது போன்ற நிம்மதி.

இன்றைய இரண்டாவது மீறல் அது.

எப்போதும் வண்டியிலேயே செல்ல வேண்டும் என்பதுதான் விமலின் ஆசை, என்கிற பெயரில் ஆதிக்கு விடுக்கப்பட்ட கட்டளை. "பஸ்ஸெல்லாம் உனக்கு செட்டாகாதுப்பா, கசகசனு இருக்கும். நின்னுட்டு வரனும். அதுவும் ஏறி இறங்குறதுக்குள்ள ஸ்ஸப்பா. நீ டூவிலர்லயே போ" என்றான்.

விமல் சொல்வது எதுவும் நல்லதைப் போன்றுதான் இருக்கும். ஆனால் அதற்குள் இருக்கும் குரூரமான அர்த்தங்களை ஆதி மட்டுமே அறிந்திருந்தாள். ஒரு சண்டையின்போது அந்தக் குரூரம் வெளிப்பட்டது "கண்ட நாயெல்லாம் உன்னத் தொடக்கூடாதுனுதானே ஸ்கூட்டி வாங்கிக் கொடுத்தேன், அப்புறம் என்ன ...யித்துக்கு பஸ்ல போன?"

ஆதிக்குக் கடற்கறையை வேடிக்கை பார்ப்பது பிடிக்கும். அதுவும் தூரத்திலிருந்து அந்த அதிசயத்தைக் காண்பதில் பெருமகிழ்ச்சி அவளுக்கு. அதை வேடிக்கை பார்த்துக் கொண்டே பல சிந்தனைகளில் மூழ்கிப்போவதில் தன்னை மறந்திருப்பாள். கடலைப் பற்றிக் கவிதைகள் தோன்றும். மனதிற்குள்ளேயே அதை எழுதியும், அழித்தும் மகிழந்திருப்பாள். அப்படியான வாய்ப்பு, பேருந்தில் வரும்போதுமட்டுமே கிடைக்கும். *OMR*ல் இருந்து ப்ராட்வே வரும்போது பட்டினப்பாக்கம் தொடங்கி நேப்பியர் பாலம்வரை கடலை வேடிக்கை பார்த்துக்கொண்டே வருவாள். நின்றுகொண்டு பயணித்தால்கூட சிரமப்பட்டுக் குனிந்து கடலைப் பார்த்துவிடுவாள். இதைச் சொன்னபோதுதான் வீட்டில் சண்டை வெடித்தது.

"வண்டி ரிப்பேரா?"

"இல்லப்பா ரொம்ப நாளாச்சு கடலை வேடிக்கை பாத்து, ஸ்கூட்டில போனா பாக்க முடியாது"

"ம்ம்"

"செம *view* தெரியுமா! நான் வேற நின்னுட்டு இருந்தனா, குனிஞ்சு ஜன்னல் வழியே வெளிய பாத்தேன். நான் பாக்கறதப் பாத்து கொஞ்ச பேர் பாத்தாங்க" எனப் பெருமையாகச் சொல்லி முடிக்கும் முன் "எதப் பாத்தானுக?" என்று வார்த்தையாலேயே குத்தினான்.

சண்டை...

விமலின் அக்கறையெல்லாம் ஆதியின் உடல் கொண்டுதான் இருந்தது. புடவை விலகினால், யாரேனும் பார்த்துவிடுவார்களோ என்ற கூச்சத்தைவிட அதற்கு விமல் என்ன சொல்லப் போகிறான் என்ற பயம்தான் அதிகமிருந்தது.

அவள் செல்லவேண்டிய பேருந்து வந்தது. மக்கள் வேகவேகமாய் ஏறினார்கள். பேருந்திலிருந்து இறங்கிக் கொண்டிருந்த ஒருவரை இறங்கவிடாமல் ஏற முயன்று கொண்டிருந்தனர். அவர் இரு

கைகளாலும் மறித்து "ஹலோ பேசன்ட் இறங்குறாங்க கொஞ்சம் வழிவிடுங்க" என்றதும், "எல்லாரும் நகருங்க பாவம் அந்தம்மா இறங்க முடியாம இறங்குது" என்றாள் ஒரு அம்மாள். கூட்டம் கொஞ்சம் விலக. அந்த மனிதர் இறங்கிக் கைக் கொடுக்க, காலில் போட்டக் கட்டுடன் ஒரு பெண் அவர் கைப் பிடித்து இறங்கினாள். "கார்ல கூட்டி போகலாம்ல" என்று ஒரு குரல் வந்தது. ஈரமற்ற குரல்.

மொய்த்த ஈக்கள் கலைந்து சேர்வது போல, மீண்டும் படபடப்பாய்ப் பேருந்துக்குள் ஏறத்தொடங்கினார்கள். ஆதிக்குச் சீட்டு கிடைத்தது. வழிவிடச் சொன்ன பெண் அருகில் அமர்ந்தாள். அவளோடு பேச வேண்டும் போலிருந்தது.

"பாவம்ல" என்றாள் பொதுவாக.

"யார சொல்ற அந்தம்மாவா?"

"ம்ம்"

"அதுக்கென்னாடிம்மா! ராணி கணக்கா புருசன் கூட்டினு போறான். இப்படி பாத்துக்க மனுசாலு இருந்தாலே நோவு பெருசா தெரியாது" என்றுவிட்டு வெளியே பார்த்தாள். சில நொடிகளுக்குப் பின் அவளே "எம்மருமவன்கூட இப்படித்தான் வெள்ளத்துல நூட்டி பாத்து மவ வழுக்கி விழுந்து கட்டில்ல கிடந்தப்போ அப்படி பாத்துக்கினான். எல்லாம் அதது வந்த நேரண்டியம்மா, எனக்குந்தான் ஒன்னு இருக்கே..." என மீண்டும் ஜன்னல் நோக்கினாள்.

பேருந்து நகரத்தொடங்கியது. அந்த நொடியில் உடலில் பட்ட காற்றும் சில்லிப்பும் மனதுக்கு நிம்மதியளித்தது. பேருந்து நிலையத்திலிருந்து திரும்பி வெளியே வந்தபோது "யக்கா" எனக் கத்திக் கையாட்டினாள் ஜன்னல் வழியே.

"இந்தாம்மா கைய உள்ளவை. சின்னப் கொழந்தையா நீ, டாட்டா காட்டிட்டு இருக்க"

"ஏன் சார் சின்னக் கொயந்ததான் டாட்டா காட்டனும்னு எழுதி வச்சிருக்கா" என்று கேட்டுவிட்டு ஆதியைப் பார்த்துச் சிரித்தாள். வாய் நிறைய சிரித்தாள். தயக்கமற்ற வெகுளித்தனமான சிரிப்பு. "அது நம்ம பெரியக்கா. அங்கதான் ப்ரூட்ஸ் கடை போட்டிருக்கும். நாம போனா ஆப்பிள், ஆரஞ்சுனு கொடுத்துவிடும். அந்தக்காக்குப் புள்ள இல்லையா, எம்மவன்னா உசுரு"

நேப்பியர் பாலம் வந்தது. ஆதிக்கு கடற்கரையில் நடக்க வேண்டும் போலிருந்தது. மணி பார்த்தாள். 4:30. ஒரு மணி நேரம் இருந்துவிட்டுப் போகலாமென நினைத்தாள். சட்டென எழுந்தாள். அண்ணா சதுக்கத்தில் இறங்கிக் கொண்டாள். அந்தப் பெண்ணுக்கு டாட்டா காட்டினாள். அவளும் பதிலுக்குக் கைக்காட்டினாள். அதே புன்னகை.

கடற்கரை நோக்கி நடக்கத் தொடங்கினாள் ஆதி. கோடையின் மாலையொன்றில் அன்றைய வெக்கைக்கு ஆறுதல் தேடி, ஆற்றங்கரையில் உடைகளைக் களைந்துவிட்டு நிர்வாணமாய் ஆற்றுத் தண்ணீரில் குளிக்கப்போகும் மனிதனின் மனநிலை வந்தது.

மனம் எங்கோ சென்றது. ஆதியின் அப்பா கண்டிப்பானவர். அம்மா அதை மீறாதவள். அச்சம், மடம், வெங்காயம், மிளகாய் என ஆதியின் வாழ்க்கை சுருங்கியது.

பெண்கள் கல்லூரியில் சேர்க்கப்பட்டாள். ஆண்களோடு பேசத் தடை விதிக்கப்பட்டது. வீட்டிற்கு யாரேனும் வந்தால் "வாங்க" என்றுவிட்டு ரூமுக்குள் சென்றுவிடுவாள். எதற்கோ சத்தமாய்ச் சிரித்ததற்கு அம்மாவிடம் திட்டு வாங்கினாள்.

மணலில் வெறுங்காலில் நடக்க எண்ணினாள். செருப்பைக் கழற்றித் தன் கைகளில் பிடித்துக் கொண்டு நடக்கத்தொடங்கினாள். மாலை வெயில் வெதுவெதுப்பாக இருந்தது. மணல் நறநறத்தது. அவளுக்குப் பிடித்திருந்தது. சர்க்கரையைத் தன் வாயில் இட்டு மெல்வதைப் உணர்த்தியது அந்த நறநறப்பு. பொறுமையாய் நடந்து கடலும் நிலமும் தோட்டுக்கொள்ளும் பரப்பில் தன் கால்களை நனைத்து நின்றாள். சுற்றிலும் மகிழ்ச்சியாய் மக்கள்.

ஆதி கல்லூரியின் இரண்டாம் ஆண்டு சென்றபோதுதான் பிரபஞ்சன் என்ற வேதியியல் ஆசிரியரைச் சந்தித்தாள். ஒருநாள் வகுப்பின் இடையில் "ஏம்மா லேடிஸ் காலேஜ்ல சேர்ந்திங்க?" என்றார் பொதுவாக யாருக்கும் பதில் சொல்லத் தெரியவில்லை.

"இங்க சேத்தினா பாதுகாப்பா இருக்கும்னு அப்பா சொன்னாரு சார்" என்றாள் ஒருத்தி.

"யாருக்கு?" என்றார் அவளிடம்.

"எங்களுக்குத்தான்"

"யாருகிட்ட இருந்து?"

கொஞ்சம் தயங்கினாள். "பசங்ககிட்ட இருந்து" என்றாள் வேறொருத்தி.

"ஓஹோ, பசங்க இருந்தா உங்களுக்குப் பாதுகாப்பு இருக்காதாம்மா?"

"அப்படி இல்ல சார். பசங்க இருந்தா அவங்ககூட பேசறது, வெளியில போறது, லவ் அப்படினு எதாச்சும் ஆகி, எங்க எதிர்காலம் பாதிக்கப்படக் கூடாதுங்கிற நல்ல எண்ணம்தான் சார்" என்றாள் தெளிவாக.

"அப்போ பசங்க இருந்தா பேசி, வெளியில சுத்தி, லவ் பண்ணிடுவீங்களாம்மா?"

"அப்டி இல்ல சார்"

"சூப்பர்ம்மா, நீ தைரியமா பேசினது ரொம்ப சந்தோசமா இருக்கு. இவ்ளோ தைரியமான பொண்ணு அந்த மாதிரி சில்லி ரீசனெல்லாம் நினைக்கக் கூடாது" சில நொடிகள் அமைதியாயிருந்துவிட்டு சொன்னார். "உங்க அம்மா அப்பா பயப்படறது பசங்கள நினைச்சு இல்ல உங்கள நினைச்சு. அவங்க உங்களையே அவமானப்படுத்தறாங்க. கல்விங்கிறது ஆண், பெண் ரெண்டு பேருக்கும் பொதுவானதுதான, அப்படி இருக்கும்போது அதை ஏன் பிரிச்சு சொல்லித்தரனும்? உங்களோட எல்லைகள் உங்களுக்குத் தெரியும், தெரியல்லன்னா தெரிஞ்சுக்க வேண்டிய வயசு இது. உங்க வாழ்க்கைல கடந்துபோற ஆண்கள் யாரு அப்பா, அண்ணன், தம்பி, புருசன், மகன் இவ்ளோதானே, இதுல நண்பன்னு ஒருத்தன் வேண்டாமா?" பிரபஞ்சன் பேச்சினூடே இடைவெளி விடுவார். அது கேட்பவர்களின் மனநிலைத் தெரிந்துகொள்வதற்காக. அனைவரின் முகங்களும் ஆர்வமாய் அவர் சொல்லுக்காகக் காத்திருந்தன. தொடர்ந்தார் "நான் உங்க அப்பா அம்மாவப் பத்தி குறைவா சொல்லுறேன்னு நினைக்க வேண்டாம். அவங்களப் பொறுத்தவரை இதெல்லாம் கடமை. உங்களை எந்தப் பிரச்சினையும் இல்லாம கல்யாணம் பண்ணிக்கொடுக்கிறதுதான் வாழ்க்கையோட இலக்கா நினைச்சிட்டிருக்காங்க. அவங்க வரையில் அது சரி. ஆனா நீங்க நல்லா சிந்திங்க. நல்லது கெட்டத நீங்களா யோசிச்சு முடிவெடுங்க" என்றார்.

பிரபஞ்சன் வகுப்பினூடே வாழ்க்கையையும் கற்றுத் தந்துகொண்டிருந்தார். ஆதித்யா அவர் சொல்வதையெல்லாம் தனக்கானதெனக் கொண்டாள். வீட்டில் கல்யாணப் பேச்சு வந்தபோது. "நான் மாஸ்டர் டிகிரி முடிக்கனும், வேலைக்குப் போகனும்" என்றாள் தைரியமாக. வீடு போர்க்களமானது. அடுத்த மாதமே திருமணம் என முடிவானது. அப்பாவைக் கட்டுப்படுத்த முடியவில்லை. அப்படி வந்தவன்தான் விமல். திருமணப் பேச்சின்போது அப்பாவின் தம்பி இறந்துபோக, அதன் பொருட்டு சில மாதங்கள் திருமணம் தள்ளிவைக்கப்பட்டது. எப்படியோ டிகிரி முடித்தாள்.

விமலின் வருகை ஆதித்யாவுக்கு ஆனந்தமாகவே இருந்தது. அவன் செயல்கள், அவளுக்கு மதிப்பளித்தவிதம், எதிர்காலப் பேச்சுகள் என அவளை வசீகரித்திருந்தான். திருமணத்திற்குப் பிறகு சில மாதங்களில் வேறொரு விமலைக் கண்டாள்.

"நீ ஏன் சோசியல் மீடியால ஆக்டிவா இல்ல, FB யூஸ் பண்ணு, பாலிடிக்ஸ் பத்தி தெரிஞ்சுக்கோ, நீயும் பேசு" என்றான்.

FB அக்கவுன்ட் இருந்தாலும் அதைப் பயன்படுத்தாமல் தானிருந்தாள். விமல் சொன்னதைக் கேட்டு அவள் பார்வையில் கருத்துகள் சொல்லத் தொடங்கினாள். அப்போதுதான் ஒருநாள் "அவனுக்கெல்லாம் ஏன்டி ரிப்ளை பண்ணுற?" என்றான்.

"யாருக்கு?"

"நேத்து போட்ட போஸ்ட்டுக்கு ஹார்டின் சிம்பல் விட்டானே அவனுக்கு"

ஆதித்யா அமைதியானாள். "நீ கேசுவலாதான் அனுப்பிருக்க, அவன் அதையே அட்வான்டேஜா எடுத்துகிட்டு இன்பாக்ஸ் வரைக்கும் வந்துடுவான்"

"ஓகே விமல்"

"அவன ப்ளாக் பண்ணிடு"

"சரி"

தன்னை விமல் கண்காணிப்பதே ஆதிக்குப் பிடிக்கவில்லை. அதிலிருந்து சோசியல் மீடியாவைக் குறைத்துக் கொண்டாள்.

"என்ன ஆதி உன்னோட போட்டவ ப்ரொபைல் போட்டோவா வச்சிருக்க"

"ஏன் என்னாச்சு, எதும் அசிங்கமா தெரியுதா?"

"இப்போ தெரியல, ஆனா கொஞ்சநாள்ல எவனாச்சும் தெரிய வச்சிடுவான் மார்ஃபிங் பண்ணி"

"என்னோட போட்டோவ யாருப்பா பண்ணப்போறா?"

"நான் நிறைய பொலிடிக்கல் போஸ்ட் போடுறேன் ஆதி, என்னைப் புடிக்காதவன் எவனாச்சும் போட்டா"

"போட்டா நீ கேக்கமாட்டியா?" எனக் கேட்க நினைத்தாள். சண்டை வளருமென்றெண்ணி வாதத்தை நிறுத்திவிட்டாள்.

"ஆதி நீ என்னைக் கேவலமா நினைச்சாக்கூட பரவால்ல, ஆனா உன்கூட எவனாச்சும் சிரிச்சுப் பேசறதப் பாத்தாலே மனசு தாங்க மாட்டிங்குது. நானும் இதை மாத்திக்கனும்னு பாக்கறேன் முடியல. உன்மேல அவ்ளோ லவ் ஆதி. அவ்ளோ பொசசிவ்னஸ்" என்றான். பொசசிவ்னஸ் என்பது சாயம் பூசப்பட்டச் சந்தேகம் என்பதை ஆதி அறிந்திருந்தாள்.

இப்படியாக விமல் ஆதியைக் கட்டுப்படுத்திக் கொண்டே இருந்தான். வாட்ஸப்பில் ஸ்டேடஸ் வைத்துவிட்டு இவளிடம் "உனக்காக வச்ச ஸ்டேடஸ் ஊரே பாத்து செமயா இருக்குனு சொல்லுது, நீ கண்டுக்கக்கூட இல்ல" என்று சண்டை போடுவான். காதலை உரியவளிடம் காட்டாமல் ஊருக்காகக் காட்டுபவனிடம் என்ன சொல்வதென்று தெரியாமல் திணறினாள்.

அவள் சிந்தனைகளை மொத்தமாகக் கலைத்தது மொபைல் ரிங்டோன். எடுத்துப் பார்த்தாள். விமல். ஏனோ பேசத்தோன்றவில்லை. அழைப்பு நிற்கும்வரை பார்த்துவிட்டு மொபைலைக் கைப்பைக்குள் வைக்கச் சென்ற நொடியில் ஏதோ நினைத்தவளாக மொபைலைத் தன் முகத்துக்கு நேராகப் பிடித்துக் கேமராவைப் பார்த்தாள். அந்தி நேர வெளிச்சத்தில் அழகாகவே இருந்தாள். செல்பி எடுத்துவிட்டு தன் புகைப்படத்தைப் பார்த்துக் கொண்டிருந்தவள், அப்படியே முகநூலைத் திறந்து அப்போது எடுத்தப் புகைப்படத்தை ப்ரொபைல் போட்டோவாக வைத்தாள். விமலை மீறிக்கொண்டே இருப்பது, கயிறு கொண்டு

பிணைக்கப்பட்ட கைகளின் பிடி மெல்ல மெல்லத் தளர்வதைப் போலிருந்தது.

கடற்காற்று ஆதியின் கூந்தலைக் கலைத்துக் கொண்டிருந்தது. ஆறு மணியை நெருங்கிக் கொண்டிருந்தது. மெல்ல எழுந்து மீண்டும் நடக்கத் தொடங்கினாள். திங்கட்கிழமை பள்ளிக்குச் செல்லும் குழந்தையின் மனநிலை. மீண்டும் பேருந்துப் பயணம்.

ஒரு மாலை வேளை மொபைல் பார்த்துக் கொண்டிருந்தபோது, *FB* இன்பாக்ஸில் அவளுடைய தோழியின் தம்பி ஒருவன் *"hi"* என்றான். இவள் *"hi"* சொன்ன அடுத்த நொடி வீடியோகால் செய்தான். விமல் அருகில் அமர்ந்திருந்தான். அழைப்பை ஏற்றுக்கொண்டாள்.

"ஹாய் அக்கா எப்படி இருக்கிங்க?"

"நல்லா இருக்கேன்டா நீ"

"நல்லா இருக்கேங்க்கா, மாம்ஸ் எங்க?"

"இந்தோ இங்கதான்" என மொபைலை விமலிடம் திருப்பினாள்.

விமல் ஹாய் சொல்லிவிட்டு, எழுந்து வெளியே போனான். சில நிமிடங்கள் பேசிவிட்டு ஹாலுக்கு வந்தாள் ஆதி.

"டிபன் என்ன செய்யலாம்?" என்றாள்.

"தோச ஊத்து. என்ன அதுக்குள்ள பேசியாச்சா, நான் அங்க இருந்தா ப்ரீயா பேச முடியாதுனுதான் வெளில வந்தேன்"

"அப்படிலாம் ஒன்னுமில்ல. அவன் கனடால இருக்கானாம். சும்மா ஏரியாவ காட்டுறதுக்குக் கூப்டான்"

"பாத்து ஆதி, வேற எதையாச்சும் காட்டிடப் போறான்" என்றுவிட்டு சத்தமாகச் சிரித்தான். ஆதி நொறுங்கிப் போனாள். கண்கள் கலங்கியது. "ஹே சும்மா சொன்னேம்ப்பா. இதப்போய் சீரியஸா எடுத்துகிட்டு. ஒரு பையனா சொல்றேன் ஆதி எங்க மனசு எப்ப எப்படி யோசிக்கும்னே தெரியாது. நீ நல்ல நினைப்புலதான் பேசுவ ஆனா எதிர்ல இருக்கவனும் அப்படி இருப்பான்னு தெரியாதுல்ல" அன்றிரவு ஆதிக்கு நெஞ்சு வலிப்பது போலிருந்தது.

வீட்டிற்கு வெளியே வண்டி நின்றிருந்தது. தானே கூண்டிற்குள் அடைபட்டுக் கொள்ளும் பறவைபோல வீட்டுக்குள் நிதானமாய் நுழைந்தாள். விமல் டிவி பார்த்துக்கொண்டிருந்தான். உடை மாற்றிவிட்டுக் கிச்சனுக்குள் நுழைந்து தனக்கான டீயைத் தயாரிக்கத் தொடங்கினாள். அதனூடே "டீ வேணுமா?" என்றாள் பொதுவாக.

"ம்ம்" என்ற பதில் வந்தது. தயாரித்த டீயை இரண்டு சில்வர் டம்ளர்களில் ஊற்றி, விமல் கையில் ஒன்றைக் கொடுத்துவிட்டுத் தானும் அமர்ந்து கொண்டாள்.

அமைதி.

"வண்டிய *OLX*-ல போட்டுடலாம்னு இருக்கேன்" டீயைக் குடித்துவிட்டுத் தெம்பாகத் தொடங்கினான் விமல்.

"ம்ம்"

"நீயும் யூஸ் பண்ணுறதே இல்ல. சும்மா நிறுத்திக் கிடந்து வீணாகறதுக்கு..."

"ஆமாப்பா வித்துடலாம்"

விமலுக்கு ஏமாற்றமானது. ஆதியின் பதில். "வித்துட்டு நீ எப்படி ஆபிஸ் போவ?"

"பஸ்ல இல்ல ஆட்டோல போக வேண்டியதுதான், இல்லனா நீ கொண்டுவந்து விடு"

"அதெப்படி ஆதி எதுவுமே நடக்காத மாதிரி பேசிட்டிருக்க?"

"என்ன நடந்துச்சு?"

"பொறுமைய சோதிக்காத ஆதி, வண்டிய விட்டுட்டு ஏன் பஸ்ஸுல போன?"

"எனக்கு எது *Comfort*டா இருக்கோ அதுல போனேன்"

"எது வண்டில போறதவிட, பஸ்ஸுல கூட்டத்துல அடிச்சுப் புடிச்சுப் போறதுதான் *comfort*டா இருக்கா?"

"விமல் நான் முன்னாடியே உன்கிட்டச் சொல்லியிருக்கேன், எனக்குக் கடலை வேடிக்கை பாக்கறது பிடிக்கும்னு. எனக்குப் பிடிச்சத நான் செய்யக்கூடாதா?" என நிறுத்தினாள்.

தாமதிக்காமல் அடுத்த ஆயுதத்தை எறிந்தான் "சரி அப்போ *Facebook*ல போட்டோ வச்சதுக்கு என்ன சொல்லப்போற?"

"என்ன சொல்லனும்?"

"நாளைக்கே உன் போட்டோ அம்மனமா வந்தா என்ன பண்ணுவ?"

"நீயே சொல்லு விமல் என்ன பண்ணட்டும்?"

"நீதான் நான் சொல்லுறது எதையுமே கேக்கக் கூடாதுனு முடிவு பண்ணிட்டியே"

"எனக்குப் பிடிச்சத செய்யக்கூடாதா?"

"அதுல பாதுகாப்பு இல்லைனு சொல்றேன், எத்தன பொண்ணுங்க வாழ்க்கை இதனால வீணாகியிருக்கு தெரியுமா!"

"என்னோட போட்டோ அந்த மாதிரி வந்தா நீ என்ன பண்ணுவ விமல்?"

"தெரியல ஆதி"

"பேச்சுக்குக்கூட நான் பாத்துக்குவேன்னு சொல்ல மாட்டியா?"

"என் பேச்சைக் கேக்காம நீயா ஒன்ன செஞ்சு, அதனால எதாச்சும் நடந்தா அதுக்கு நான் என்ன பண்ண முடியும்"

ஆதி தன் கோபத்தைப் பெருமூச்சாக விட்டாள். "சரி விமல் நான் என்னலாம் செய்யலாம் செய்யக்கூடாதுன்னு எழுதிக் கொடுத்துடு அதுபடி நான் நடந்துக்கறேன்"

"எனக்கு ஒன்னு புரியல ஆதி, *Facebook*ல போட்டோ வைக்க வேண்டாம் சொல்லுறதும், வசதியா வண்டில போறதும் தப்பா? அவனவன் குடிச்சிட்டு பொண்டாட்டிய அடிச்சு, மிதிக்கிறான். நான் உன்னைத் தாங்கு தாங்குனு தாங்கறேன். நீ என்ன கேள்வி கேட்டுட்டிருக்க"

"அதெல்லாம் தப்பில்ல விமல். அதுக்கு உள்ள இருக்கிற அர்த்தம்தான் தப்பு. ஒரு பையன்கூட வீடியோகால், அதுவும் உன் முன்னாடி பேசினா, அவன் எதையாவது காட்டிடுவான்னு சொல்லுறது உனக்குத் தப்பில்ல விமல், ஆனா எனக்குத் தப்புதான். பஸ்ல நான் குனிஞ்சேன்னு சொன்னா என் நெஞ்ச எத்தன பேரு பாத்தாங்கனு கேக்கறது தப்புதான். எந்த அரிப்பெடுத்த பொறுக்கியோ என்னோட போட்டோவ அம்மனமா ஆக்குவான், அவன் பண்ணது தப்பில்ல. போட்டோ போட்ட எனக்குதான் அசிங்கம்னு சொல்லுறது தப்பு விமல்"

"இவ்ளோதானா இன்னும் வேற இருக்கா?"

"இன்னும் இருக்கு அதையெல்லாம் சொன்னா உனக்குதான் அசிங்கம்"

"என்னடி ரொம்ப பேசிட்டே போற" என்றுவிட்டு அருகிலிருந்த டம்ளரைத் தூக்கி எறிந்தான் விமல்.

"ஏன் விமல் அத தூக்கிப்போடுற? கோவம் எம்மேலதானே, என்னைய தூக்கிப்போட்டு மிதி. நீ சொன்னியே குடிச்சிட்டு அடிப்பான்னு, அவனாச்சும் போதைல உடம்பைத்தான் காயப்படுத்தறான். அந்த வலி போயிடும். ஆனா நீ அடிச்ச வலிக்கெல்லாம் மருந்தே இல்ல...." எனச் சொல்லி முடிக்குமுன் அவளை அறைந்து அவளது வலது கையை முறுக்கிப்பிடித்து "சொல்லிகிட்டே இருக்கேன்..." என மூச்சு இரைக்கப் பேசினான்.

"ஆஆஆம்மா..." என வலியில் அலறினாள் ஆதி "பெரிய பெண்ணியம் பேசுறியா. பொம்பளையாச்சே மேல கை வைக்கக்கூடாதுனு பாத்தா. எகிறிட்டே போற. நீ அடங்காம திரியிறதுக்கு நான் கூட விளக்கு புடிக்கனுமாடி ...டியா முண்ட" அதுவரை வலியால் சட்டென வெறி வந்தவள் போல் "ஆஆ விட்றா விட்றா" எனக் கத்தினாள்.

சத்தம் கேட்டு ஹவுஸ் ஓனர் அக்கா வீட்டுக்குள் நுழைந்து இவர்களைப் பிரித்துவிடப் பார்த்தாள். ஆதி விமலை பலமாகத் தள்ளினாள். அப்படியே அருகிலிருந்த சேரில் அமர்ந்து கவிழ்ந்தான். "உன்னைச் சும்மா விட மாட்டேன்டா. நீயெல்லாம் ஜெயிலுக்குப் போனாதான்டா திருந்துவ" என்றவாரே வண்டி சாவியை எடுத்துக் கொண்டு, செருப்புக்கூட அணியாமல் வண்டியை ஸ்டார்ட் செய்தாள். என்ன நினைத்தாளோ சட்டென வண்டியை அப்படியே விட்டுவிட்டு

வாசலருகில் இருந்த செருப்பைக் கையிலெடுத்துக்கொண்டு விமல் அருகில் நின்று "என்னடா சொன்ன! ஒன்னுத்துக்கும் வக்கில்லாத உன்கூட படுத்ததுக்கு எனக்கு ...விடியா பட்டமா கொடுக்கற" எனச் செருப்பால் விமல் கன்னத்தில் நான்கைந்து முறை அறைந்துவிட்டு வெளியேறினாள்.

தன் தோழி காயத்ரியின் அறையில் நிகழந்ததைக் கூறி விசும்பிக்கொண்டிருந்தாள். காயத்ரி எதுவும் பேசவில்லை. அமைதியாக இருந்தாள். சில மணி நேரங்கள் போனது. ஆதி யாருடைய அழைப்பையும் எடுக்கவில்லை. அவளுக்குத் தெரியும் நடந்தவை தீப்போலப் பரவி இருக்குமென்று.

காயத்ரி அருகில் வந்தாள். வாட்டர் கேனை ஆதியிடம் கொடுத்தாள். தண்ணீர் குடித்தபின் கொஞ்சமாய் ஆசுவாசமானாள். இன்னமும் கை வலித்தது. மேலுதட்டில் இரத்தம் உறைந்திருந்தது.

"நான் சொல்லுறேன்னு கோவிச்சுக்காத ஆதி, நீ அவசரப்பட்டுட்டனு நினைக்கறேன். யாருகிட்ட போனாலும் இதெல்லாம் ஒரு பிரச்சினையானுதான் கேப்பாங்கப்பா"

"இப்பனு இல்ல காயு, பொம்பளைங்க எந்தப் பிரச்சினையைச் சொன்னாலும் அதெல்லாம் பெரிய பிரச்சினையானுதான் கேப்பாங்க. எங்க ஊர்ல ஒரு அக்கா ஆம்லெட்டுல வெங்காயம் போடலனு அவ புருசன் கத்தில குத்திட்டான். உசுரு போயிடுச்சு. இதே அவ பொழச்சிருந்து, போலிஸ்கிட்ட போயிருந்தா இதெல்லாம் பிரச்சினையானுதானே கேட்டிருப்பாங்க"

அமைதி நிலவியது. "இருந்தாலும் ஆதி நம்ம சமூகத்துல நாமெல்லாம் சேலைங்க மாதிரிதானே, முள்ளு மேல சேல..."

"இல்ல காயு, முள்ளு, சேலை பழமொழியெல்லாம் வேண்டாம். அந்த முள்ள வெட்டாம விட்டுவிட்டு, சேலையக் காப்பாத்தி காப்பாத்திதான், ஊரு முழுசும் முள்ளுச்செடியா இருக்கு. நாம வாழக்கைல முன்னேறப் பாக்கறதா இல்ல முள்ளுச்செடிய பாக்கறதா"

"அப்போ என்ன செய்யலாம்னு இருக்க ஆதி, அவசரப்பட்டு எந்த முடிவும் எடுத்திடாத"

"இல்ல காயு, இது அவசரமா எடுத்த முடிவில்ல. சின்ன விசயம், சின்ன விசயம்னு ஒவ்வொன்னா விட ஆரம்பிச்சு இப்போ எனக்கே நான் யாரோவா தெரியறேன். இன்னமும் சகிச்சிட்டு வாழ்ந்து

கொஞ்சநாள் கழிச்சுப் பாத்தா என் வாழ்க்கைல எதுவுமே இருக்காது காயு"

"உங்க அம்மா, அப்பா..."

"இதுக்கெல்லாம் காரணமே அவங்கதான! பொண்ண படிக்கவச்சு, எவனுக்காவது கல்யாணம் பண்ணிவச்சுட்டா முடிஞ்சது நினைச்சிடுறாங்க. என்னதான் நாம முன்னேறிட்டதா சொன்னாலும் பொண்ணுங்கனு வந்துட்டா எல்லாரு மனசும், முள்ளு, சேலைன்னு பழமொழிதான் சொல்லும், அவங்களுக்காக யோசிக்காது. நமக்காக நாமதான் யோசிக்கனும். யோசிச்சுட்டேன். என் படிப்பும் வேலையும் என் வாழ்க்கைக்குப் போதும், எனக்குத் துணை வேணுமாங்கிறத எதிர்காலத்துல பாத்துக்குவேன். இப்போ நான் எடுக்கற முடிவு நல்லதா இருக்கும்னு நம்பறேன்"

"என்னமோ ஆதி அவசரப்படாத விடிஞ்சா நல்லதே நடக்கும், கை வலிக்குதா ஹாஸ்பிடல் போலாமா?"

"என்னைப் பொறுத்தவரைக்கும் விடிஞ்சிருச்சு காயு. இது எனக்கே எனக்கான விடியல்" என்றவிட்டு கையை அசைத்துப் பார்த்து "இப்போ சரியாகிடுச்சு காயு" நம்பிக்கையாக. ஆதரவாய் அவள் தலைகோதி அணைத்துக் கொண்டாள் காயத்ரி.

பிழை

சுட்டெரித்த வெயிலையும், நேரத்திற்கு வராத ரயிலையும் திட்டிக் கொண்டே பிளாட்பாரத்தில் அங்குமிங்குமாக நடந்துகொண்டிருந்தனர் மக்கள். வெயில் மனிதர்களின் எஞ்சியிருக்கும் ஈரத்தையும் உறிஞ்சிக் குடித்தே தீருவதென முடிவெடுத்துவிட்டதாய்த் தோன்றியது. பிளாட்பாரத்தின் சிமென்டு பெஞ்சுகளில்கூட லேசாகச் சூடு ஏறியிருந்தது.

அந்தச் சூட்டையெல்லாம் உதாசினப்படுத்திவிட்டு, வராத ரயிலுக்கு நன்றி சொல்லிக்கொண்டு தன் தோள்மேல் சாய்ந்திருந்த மகளின் தொடுதலால் மகிழ்ந்து கொண்டிருந்தாள் வாசுகி.

இது ஒன்றும் புதிததல்ல மாதாமாதம் நடக்கும் நிகழ்வுதான். ஹாஸ்டலில் தங்கிப் படிக்கும் தன் மகளைப் பார்த்துவிட்டுத் திரும்பும்போதெல்லாம் "இன்னும் அஞ்சு நிமிசம் கூட இரும்மா" என அவள் கெஞ்சுவதும், அத்தனையையும் உதறியெறிந்துவிட்டு அவளோடே இருந்திட வேண்டுமென்ற நினைவும் வாராமலிருப்பதில்லை. ஆனாலும் இந்தக் கோர வாழ்க்கையின் கூரிய நகம் கொண்ட கையில் சிக்கிக் கொண்ட வாசுகிக்கு அதன் பிடியிலிருந்து விடுபடும் வலிமை இன்னமும் கிடைக்கவில்லை.

மக்கள் கொஞ்சம் பரபரத்தனர். ரயில் வந்துவிட்டது. "யாழி குட்டி எந்திரிடா" என்றாள். சினுங்கிக் கொண்டே தன் தலையை உயர்த்தினாள் யாழினி. "கவனமா போடா ஹாஸ்டலுக்கு, போன உடனே கால் பண்ணு"

"சரிம்மா"

"வெயில் அதிகமா இருக்கு டெய்லி இளநி வாங்கிக் குடி"

"ம்ம். நீயும் உடம்ப பாத்துக்கம்மா, முதுகு வலிச்சா பெல்ட்டு போட்டுக்கோ"

"சரிடா" என்றவளைக் கட்டியணைத்துக் கன்னத்தில் முத்தமிட்டாள்.

ரயிலுக்குள் ஏறி தன் இருக்கை இருந்த இடத்திற்கு வந்தாள். ஜன்னல் வழியே தன் மகளை எட்டிப்பார்த்தாள். அவளது சிரமம் உணர்ந்து ஜன்னல் சீட்டில் அமர்ந்திருந்தவள் தள்ளி அமர்ந்தாள். நொடியில் அவளைப் பார்த்துச் சிரித்து நன்றி சொல்லிவிட்டு வெளியிருந்து ஜன்னல் கம்பிகளைப் பிடித்திருந்த மகளைப் பார்த்து "நீ கிளம்பு குட்டி" என்றாள்.

"ட்ரெயின் கிளம்பட்டும்" என முடிக்கும் முன்னரே ரயில் லேசாகப் பின்னகர்ந்து முன்னோக்கி நகரத்தொடங்க "தயவு செஞ்சு கூட நடக்காத. தள்ளிப்போ" என்றாள் வாசுகி.

"பை ம்மா" என்றுவிட்டு நகர்ந்து சில அடிகள் கூட நடந்து வந்தாள்.

சிரமப்பட்டு தலை திருப்பி தன் மகளை நோக்கி கையசைத்துக் கொண்டிருந்தாள். யாழினி கண் விட்டு மறைந்த பிறகும் சில நொடிகள் கையசைத்துவிட்டு அப்படியே பின்னால் சாய்ந்து பெருமூச்சொன்றை விட்டாள். சில நொடிகளில் தான் அமர்ந்திருந்தது தன்னுடைய சீட்டில்லை என உணர்ந்து "சாரி" எனப் பதட்டமாய் அருகிலிருந்தவளிடம் சொல்லிவிட்டு எழுந்தாள்.

"பரவால்லைங்க" என்றுவிட்டு அவள் நகர்ந்து தன் ஜன்னல் சீட்டில் உட்கார்ந்தாள்.

"ரொம்ப தேங்க்ஸ்ங்க" என்றாள் வாசுகி.

"அட இதுல என்னங்க" என்றுவிட்டு சட்டென ஜன்னல் வழி வெளியே பார்த்தாள்.

சில நொடிகள் கழித்து "கோவிச்சுக்காதீங்க, அந்த பில்டிங்லதான் முன்னாடி நான் வேல பாத்தேன். எப்போ ட்ரெயின்ல வந்தாலும் அத பாத்தா கொஞ்சம் நிறைவா இருக்கும்" என்றாள்.

"சரிங்க, நான் எதுவும் நினைக்கல"

"உங்க பொண்ணா அவங்க?"

"ம்ம்"

"எங்க அப்பாகூட இப்படித்தான் என்ன ரயில் ஏத்திவிட்டுகூடவே வருவாரு"

வாசுகி மெலிதாய்ச் சிரித்தாள்.

"அப்பா இறந்து ஒரு மாசம் ஆச்சு. அதுக்கு சாமி கும்பிடத்தான் வந்தேன்" எனும்போது குரல் கம்மியது.

வாசுகிக்கு என்ன சொல்வதென்று தெரியவில்லை "பீல் பண்ணாதீங்க அவரு உங்ககூடதான் இருப்பாரு" என்றாள்.

அவள் அமைதியானாள். அவளைத் தேற்ற வேண்டும்போலிருந்தது வாசுகிக்கு. "ஹஸ்பென்ட் வரலியா?"

"லீவு கிடைக்கல. பையன் ஒன்னாவது படிக்கிறான். ஒரு நாளுக்காகத் திருச்சில இருந்து வந்துட்டுப்போனா செட்டாகாதுனு மாமியார்கிட்ட விட்டு வந்துட்டேன்" எனத் தன் நிகழ்காலத்துக்குள் நுழைந்தாள் அவள்.

"ஆமா, இப்போலாம் அடிக்கடி உடம்பு சரியில்லாம போயிடுது" என்றாள் வாசுகி. தன் மொபைல் அழைக்க எடுத்து "சொல்லுடா ரூமுக்கு போயிட்டியா?"

...

"சரி நல்லா தூங்கு, நான் வீட்டுக்குப் போயிட்டுக் கூப்பிடுறேன்"

...

"பை" என மொபைலை மீண்டும் தன் பைக்குள் வைத்தாள்.

"உங்க ஹஸ்பென்ட் வரலியா?"

"அவருக்கு முதுகு வலி, ஒருநாள் ட்ராவலெல்லாம் ஒத்துக்காது"

"ஓஹோ! ரெண்டு பேருமே வேலைக்குப் போறிங்களா>"

"ஆமா"

"திருச்சிலயேவா"

"ம்ம், நான் ஒரு கம்பெனில அக்கவுன்டேன்ட். அவரு *BHEL*ல வேல பாக்கறாரு"

"செம! செட்டில்டு லைப்ல"

"அப்படிலாம் இல்ல. எல்லாம் அமைஞ்சது"

"ம்ம், இருந்தாலும் கேக்கவே ஒரு மாதிரி நல்லா இருக்கு"

"தேங்க்ஸ்"

"திருச்சில எங்க?"

"காட்டூர். நீங்க?"

"உறையூர். அவரு பார்மா கம்பெனில வேல பாக்கறாரு"

"ம்ம்" என்று தன் பைக்குள் இருந்து வாட்டர்கேனை எடுத்தாள்.

"நான் இங்க ஐடில இருந்தேன்"

வாட்டர்கேன் மூடியைத் திறந்து வாயருகில் கொண்டு சென்றாள்.

"பையன் இருக்கிறதால வேலைக்குப் போகமுடியல" என்றாள். வாயருகில் இருந்த வாட்டர்கேனை கீழிறக்கி "ஓஹோ, மாமியார் பாத்துக்க மாட்டாங்களா?"

"சாரி நீங்க பர்ஸ்டு தண்ணி குடிங்க" என்றாள். வாசுகி மீண்டும் வாயருகே கொண்டுசென்றபோது "இன்னிக்கு ஒருநாள் பாத்துகிட்டதுக்கே ஒருவருசம் சொல்லிக்காட்டும் அந்தம்மா" என்றாள். இம்முறை வாசுகி வாயில் தண்ணீரோடு கொஞ்சம் சிரமப்பட்டு அவள் சொன்னதற்குத் தலையாட்டினாள்.

ரயில் விழுப்புரத்தை அடைந்திருந்தது. வெயிலின் தாக்கம் குறைந்திருந்தது. வாசுகி ஒரு டீ வாங்கி உறிஞ்சத் தொடங்கினாள். அருகிலிருந்தவள் தன் வாழ்க்கை முழுவதையும் சொல்லித் தீர்த்துவிடுவதென முடிவெடுத்துவிட்டதைப் போலப் பேசிக்கொண்டிருந்தாள்.

தெரிந்தவர்களிடம் நம் குறைகளைக் கூறுவதைவிட, தெரியாதவர்களிடம் கூறுவதில் எந்தச் சிக்கலும் இருப்பதில்லை. உண்மையில் நமக்கு நாமே பேசிக்கொள்வதன் இன்னொரு வடிவமே

அது. வாசுகியும் அவள் குறைகளைக் கேட்டபதற்கென்றே அந்த ரயிலில் வந்தவள்போல ஆமோதித்துக் கொண்டிருந்தாள்.

"நீங்களே சொல்லுங்க, புருசன் பொண்டாட்டிக்குனு கொஞ்சமாவது பணம் கொடுக்கனுமா இல்லையா, ஒவ்வொன்னுக்கும் அந்தம்மாகிட்டப் போயி நிக்க முடியுமா? ஒன்னுமில்ல போனவாரம் ஒரு வண்டில விளையாட்டுச் சாமான் கொண்டுவந்தாங்க. மத்த வீட்டுக்காரங்களாம் நிக்கறாங்களேன்னு நானும் பையனைத் தூக்கிட்டுப் போனேன். ஒரு கார் வேணும்னு ஒரே அழுகை. கையில காசில்ல. பொம்மையை எடுத்துட்டு காசு எடுத்துட்டு வரேன்னு வீட்டுக்குள்ள வந்து அந்தம்மாகிட்ட கேக்கறேன், 'இங்க என்ன கொட்டியா கிடக்கு, போன வாரம்தானே ஒரு கார் பொம்ம வாங்கின'ன்னு சொல்லி பணம் தரல. நான் திருப்பி அந்தப் பொம்மையக் கொடுக்கும்போது உடம்பே கூசிப்போச்சு. அந்தம்மா மேல இருந்த கோவத்துல பையன ரெண்டு அடி அடிச்சுட்டேன்"

"குழந்தைய அனாவசியமா அடிக்காதம்மா!" என்றாள். அவள் கதையை வாசுகி கவனமாகக் கவனிப்பதை உணர்த்த நினைத்தாள்.

"நான் என்னதான் செய்ய முடியும். கேட்டா 'அம்மா சின்ன வயசுல இருந்து கஷ்டப்பட்டாங்க. அவங்க மனசு கஷ்டப்படக் கூடாது'னு பாடம். அவங்க மட்டுந்தான் கஷ்டப்படுவாங்களா, நானெல்லாம் மெசினா?" என்றாள்.

"புரியுதும்மா"

"உங்கள மாதிரி சம்பாதிச்சா நான் ஏன் கேக்கப்போறேன். உங்க ஹஸ்பென்ட் எப்படி கணக்கு கேப்பாரா?"

"ச்ச! ச்ச! அதெல்லாம் என் இஷ்டம்தான். தீபாவளி போனஸ்போட்டா அப்படியே என் கையில கொடுத்துவாரு. அப்பப்போ நகை வாங்கித்தருவாரு" என்றாள் பெருமிதமாய்.

ஒரு பெருமூச்சொன்றை விட்டவள் "இதுக்கெல்லாம் கொடுத்து வச்சிருக்கனும்" என்று ஜன்னல் வழியே வேடிக்கை பார்க்கத்தொடங்கினாள். அதன் பிறகு பேசிக்கொள்ளவில்லை.

திருச்சி ரயில் நிலையத்தில் இறங்கி இருவரும் ஒன்றாகவே நடந்தனர். "பாவம் ரொம்ப புலம்பிட்டேன். காதுல ரத்தம் எதுவும் வருதா?"

"வந்துச்சு துடைச்சுட்டேன்" என்றாள்.

அவள் சிரித்தாள்.

வெளியே வந்தவுடன் தன் மொபைலை எடுத்து "இஞ்சின் சிலைகிட்ட வாங்க" என்றாள் அவள்.

"உங்க ஹஸ்பென்ட் வரலியா?"

"வருவாரு பத்து நிமிசம் ஆகும்" என்றாள்.

அதற்குள் இருசக்கர வாகனத்தில் ஒருவன் வர "உறையூர் வந்தா வாங்க" என்றவாரே வாகனத்தில் ஏறினாள்.

மொபைல் நம்பர்கூடத் தரவில்லை, பேச்சுக்குச் சொல்லியிருக்கிறாள்.

"கண்டிப்பா வரேன்" என்றாள் வாசுகி.

அவள் சென்ற சில நொடிகளில் கொஞ்சதூரம் நடந்து நின்றுகொண்டிருந்த ஆட்டோ அருகில் சென்று "விஜயா நகர் போகனும்" என்றாள்.

"நூத்தம்பதும்மா"

"சரிங்க" என ஏறிக்கொள்ள.

பத்து நிமிடத்தில் தன் வீட்டை அடைந்து கதவைத் திறந்து உள் நுழைந்தாள்.

உள் நுழைந்தவள் எதையோ நினைத்தவளாய் கதவின் மேல் சுவரைப் பார்க்க, அங்கே அவள் கணவனது புகைப்பட்டத்தில் பூக்காய்ந்திருந்தது.

ஒருவேளை அந்த ஜன்னல் சீட்டுப் பெண்ணிடம் தன் கணவன் இல்லையென்று சொல்லியிருந்தால் அந்த உரையாடல் மொத்தமாக மாறியிருக்கும். வாசுகி பரிதாவபத்திற்குரியவளாகியிருப்பாள்.

வாசுகி அந்தப் பரிதாபங்களை வெறுத்தாள். தன் கணவன் இல்லைதான் அதற்காகவே இந்த வாழ்க்கை முழுதும் தான் ஒரு

பரிதாபத்திற்குவளாக வாழ்ந்திட வேண்டுமா? அந்த ரயில் பயணத்தில் வாசுகி தான் வாழ நினைத்த வாழ்க்கையை இன்னொருத்தியிடம் சொல்லி மகிழ்ந்திருந்தாள். அதில் எந்தப் பிழையும் இல்லை.

வாசுகிக்கு வாழ்நாள் முழுக்க இந்த வாழ்க்கை தரும் சோகத்திற்கு அந்தப் பிழையே ஒரு மருந்தாக இருக்குமென்றால், அந்தப் பிழையைச் செய்வதில் எந்தப் பிழையுமில்லை.